കറുത്ത മീൻ

karutha meen
(stories)
•
padma
•
first edition
july 2017
•
typesetting
dbh overbridge
•
published
chintha publishers, thiruvananthapuram
•

•
cover
vishnu ram
•

വിതരണം
ദേശാഭിമാനി ബുക്ക് ഹൗസ്
H O തിരുവനന്തപുരം-695 035
phone: 0471-2303026, 6063026
www.chinthapublishers.com
chinthapublishers@gmail.com

ബ്രാഞ്ചുകൾ
ഹെഡ്ഡാഫീസ് ബ്രാഞ്ച് കുന്നുകുഴി • സ്റ്റാച്യൂ തിരുവനന്തപുരം • കെ എസ് ആർ ടി സി ബസ് സ്റ്റേഷൻ ആലപ്പുഴ • കെ എസ് ആർ ടി സി ബസ് സ്റ്റേഷൻ എറണാകുളം • മച്ചിങ്ങൽ ലെയ്ൻ തൃശൂർ • ഐ ജി റോഡ് കോഴിക്കോട് • മാവൂർ റോഡ് കോഴിക്കോട് • എൻ ജി ഒ യൂണിയൻ ബിൽഡിങ് കണ്ണൂർ • സെൻട്രൽ ബസ് ടെർമിനൽ കോംപ്ലക്സ് താവക്കര കണ്ണൂർ

CO - 2511 / 4349
ISBN - 978-93-86364-81-4

കറുത്ത മീൻ

കഥകൾ

പത്മ

ചിന്ത പബ്ലിഷേഴ്സ്
തിരുവനന്തപുരം-695 035

പത്മാ രാമചന്ദ്രൻ

1947 ആഗസ്തിൽ കാസർഗോഡ് ജില്ലയിലെ കാഞ്ഞങ്ങാട് ജനനം. അച്ഛൻ: പരേതനായ എസ് പി കെ തമ്പാൻ. അമ്മ: പരേതയായ കോടോത്ത് കാർത്ത്യായനി അമ്മ.

ദുർഗ്ഗ ഹൈസ്കൂൾ കാഞ്ഞങ്ങാട്, പ്രൊവിഡൻസ് കോളേജ് കോഴിക്കോട്, അവനാശിലിംഗം ഹോംസയൻസ് കോളേജ് കോയമ്പത്തൂർ എന്നിവിടങ്ങളിൽ വിദ്യാഭ്യാസം. ആനുകാലികങ്ങളിൽ സജീവമായി കഥകൾ എഴുതിത്തുടങ്ങിയത് 1991 മുതൽ. മൂന്ന് കഥാസമാഹാരങ്ങൾ മൾബറിയും (കോഴിക്കോട്) ഒന്ന് ടി ബി എസും (നളന്ദ, തൃശൂർ) പ്രസിദ്ധീകരിച്ചിട്ടുണ്ട്. *മാതൃഭൂമി*യുടെ നോവൽ മത്സരത്തിൽ *അപ്പോത്തിക്കിരിയുടെ സത്യം* എന്ന പുസ്തകം തെരഞ്ഞെടുത്ത് പ്രസിദ്ധീകരിച്ചിട്ടുണ്ട്. പത്മ എന്ന പേരിലാണ് അധികവും എഴുതാറ്.

ഭർത്താവ് : ഡോ. ബാബു രാമചന്ദ്രൻ
(ടെലിമെഡിക്കൽ സെന്റർ ചെയർമാനും
തലശ്ശേരിയിലെ ഫിസിഷ്യനും)

മക്കൾ : സുനിൽ, സുർജിത്, സുദീപ്

വിലാസം : ശ്രീറാം
ജൂബിലി റോഡ്,
തലശ്ശേരി - 670102
കണ്ണൂർ ജില്ല

email : padmakshikutty@yahoo.com

ഉള്ളടക്കം

പ്രസാധകക്കുറിപ്പ്

സ്ത്രീയുടെ ജീവിതവും കാഴ്ചയും വേറിട്ടു നില്ക്കുന്നത് പുരുഷാധിപത്യത്തോടു കുതറേണ്ടിവരുന്നതുകൊണ്ടാണ്. ഉള്ളിൽ എരിയുന്ന പെൺകനലുകൾ ഇടയ്ക്കിടെ ആളിപ്പടരും. കഥയായി ആളിപ്പടർന്ന ജീവിത നിരീക്ഷണത്തിന്റെ കനലുകളാണ് പത്മയുടെ കഥകൾ. അടുക്കളയും ചുറ്റുവട്ടവുമല്ല തുറസ്സായ ആകാശവും വിപുലമായ ജനസഞ്ചയവുമാണ് പത്മയുടെ ഭൂമിക. ജീവിതത്തിന്റെ അടരുകളെ സൂക്ഷ്മതയോടെ കണ്ടെടുക്കുന്ന ഏതാനും കഥകളുടെ സമാഹാരമാണിത്. വായനാനുഭവത്തിൽ ചേർത്തു വയ്ക്കുവാൻ ഈ കഥകളുണ്ടാവും. കഥാവായനയുടെ പുത്തൻ വാതായനങ്ങൾ തുറക്കുന്ന ഈ പുസ്തകം നിങ്ങൾക്കു മുന്നിൽ സസന്തോഷം അതരിപ്പിക്കുന്നു.

ചിന്ത പബ്ലിഷേഴ്സ്

ബ്ലൂഫിലിം

അടച്ചിട്ട മുറിയുടെ സ്വകാര്യത, വെളിച്ചത്തിന്റെ ചില്ലുകളാൽ പോറി ക്കൊണ്ട് അവൾ മെല്ലെ വാതിൽ തുറന്നു.

അവൾക്കു പിന്നിൽ രോമാവൃതമായ ഒരു കൈയാൽ വാതിൽ വീണ്ടും തൽസ്ഥാനത്തേക്ക്.

വളയിട്ട ഒരു കൈ അവളെ നീണ്ട ഒരു മേശയിലേക്ക് നയിച്ചു. ആദ്യം മുടിപ്പിന്ന്, പിന്നെ കമ്മൽ, മാല, ബ്ലൗസ്, ബ്രേസിയേർസ്....... ഓരോന്നും ദേഹത്തുനിന്നുരിഞ്ഞ്, അവൾ കണ്ണുകളടച്ചു കിടന്നു.

മുകളിൽ കണ്ണുതുറന്ന് ചിമ്മിയ പ്രകാശം നഗ്നമായ മാറിലൂടെ കുത്തിക്കീറുന്നത് അവളറിഞ്ഞു. ഒരുൾക്കിടിലത്തോടെ, പുറകെവരുന്ന പുരുഷദൃഷ്ടികളെക്കുറിച്ചും അവളറിഞ്ഞു.

ഇപ്പോൾ കയറി നില്ക്കാനൊരു സ്റ്റാൻഡ്, മുലകൾ അമർത്താനൊരു ചതുരം. താടിയെല്ലുയർത്തി, നീണ്ടുനിവർന്ന് അവളും. നിമിഷങ്ങൾക്കു പിറകെ നിമിഷങ്ങൾ........

സാവധാനം അവൾ പുറത്തേക്ക്, നഗരത്തിരക്കിലേക്ക്, വീണ്ടുമൊ രടഞ്ഞ മുറിയിലേക്ക്, ഒരു സ്വകാര്യതയിലേക്ക്.

എക്സ്റേ ലോബിയിൽ നിന്നുയർത്തിയ അവളുടെ കഴുത്തെല്ലുക ളുടെ കറുത്ത ഫിലിമിൽ നോക്കി ഡോക്ടർ ആശ്വസിപ്പിച്ചു. “കാര്യമാ യിട്ടൊന്നുമില്ല. ചെറിയൊരു സെർവൈക്കൽ സ്പോൺടൈലോസിസ്”

ശ്ലീലാശ്ലീലങ്ങളുടെ അതിർവരമ്പുകളോർത്ത് അവൾ നെടുവീർപ്പിട്ടു.

സ്ത്രീ

സ്ത്രീ സ്വരമായി, സർഗ്ഗമായി, സംഗീതമായി അരങ്ങു തകർത്ത വേദി.

ഗ്രാമത്തിന്റെ മുഖച്ഛായ തന്നെ മാറ്റി പണിതുയർത്തിയ വിശാലമായ ഓഡിറ്റോറിയത്തിൽ പുതുമയുള്ള പരിപാടികൾ സംഘടിപ്പിക്കുവാൻ ഓടിനടന്നത് സുകുമാരൻ മാസ്റ്ററല്ലാതെ മറ്റാരുമല്ല. ഗ്രാമത്തിലെ പുരോഗമനപരമായ എല്ലാ ശ്രമങ്ങൾക്കും പെൻഷൻപറ്റിയ മാസ്റ്ററാണ് മുൻപിൽ. വളരെ ശ്രമപ്പെട്ടാണ് പെണ്ണെഴുത്തുകാരി സാറാജോസഫിനെയും ഗ്രേസിയേയും ചിരിച്ചുകൊണ്ട് പാടുമ്പോൾ സിനിമാനടി ശ്രീവിദ്യയുടെ കട്ടുള്ള ഡോക്ടർ ഓമനക്കുട്ടിയെയും കിട്ടിയത്.

വേദിയിൽ സംവാദങ്ങൾ കെട്ടടങ്ങുന്നു.

ഉച്ചയ്ക്കുശേഷമുള്ള സർഗ്ഗത്തിന് ആഗ്രഹിച്ച കവയിത്രികളും കഥാകാരികളും എത്തിച്ചേർന്നിട്ടുണ്ട്.

ഈയിടെയായി താൻ നേരാനേരം ഭക്ഷണം കഴിക്കുന്നതുതന്നെ ഭാര്യയുടെ നിർബ്ബന്ധത്തിലാണെന്ന് മാസ്റ്റർ കൃതാർത്ഥതയോടെ ഓർത്തു. രണ്ടുദിവസമായി നേരെചൊവ്വേ വല്ലതും കഴിച്ചിട്ട്.

രാവിലത്തെ തിരക്കിൽ ഗ്രീൻറൂമിലെ മേശമേൽ കൊണ്ടുവച്ച കിറ്റിനരികിലേക്ക് മാസ്റ്റർ നീങ്ങി. ഭക്ഷണത്തിനുശേഷം മേശമേൽ ഒന്ന് തലചായ്ക്കുകയുമാവാം.

കിറ്റിന്റെ സിപ്പ് തുറന്നപ്പോൾ തലേന്ന് കൈതുടച്ചുവെച്ച ടൗവ്വലും വെള്ളവുമല്ലാതെ ലഞ്ച്ബോക്സ് കാണാനില്ല. കമലാക്ഷിക്ക് പറ്റാൻ പാടില്ലാത്ത പിശകാണല്ലോ ഇത് എന്നോർത്തപ്പോൾ മാസ്റ്ററിന് അരിശം പതഞ്ഞുപൊങ്ങി.

മാസ്റ്റർ ടൗവ്വലെടുത്ത് മുഖത്തെ വിയർപ്പുകണങ്ങൾ അമർത്തിത്തുടച്ചു വെള്ളമെടുത്ത് കുടുകുടെ കുടിച്ചു.

ഉച്ചയ്ക്കുശേഷം അരിശമടക്കി വേദിയിലിരുന്നപ്പോൾ സദസ്സിൻ നിരയിൽ കൂസലെന്യേ കമലാക്ഷി.

അടക്കിവച്ച രോഷം മർദ്ദമായി കണ്ണുകളെ ഇറുക്കി തുറന്നപ്പോൾ കമലാക്ഷിയുടെ ദൃശ്യം ഒരു കരടായി മാസ്റ്ററെ അലട്ടിത്തുടങ്ങി.

അൽചൈന

ദുബായ് കടലിടുക്കിന്റെ തീരത്ത് ഹെറിറ്റേജ് സിറ്റിയിൽ സന്ദർശകർക്കൊരുക്കിയ അറബികളുടെ അതിപ്രാചീനവും മനോഹരവുമായ കടൽ തീരക്കുടിലുകളിലും ഉരുക്കളിലും കപ്പൽ പായകളിലും മനസ്സ് കോർത്ത് നടന്നപ്പോൾ രാത്രിയിലെ വിശപ്പ് നേരത്തെത്തന്നെ എന്റെ വയറ്റിൽ ആഞ്ഞുകൊത്താൻ തുടങ്ങി. കറക്കം നിർത്തി അൽബന്ദർ എന്ന പുരാതന രീതിയിൽ ഈന്തപ്പന തടിയിലൊരുക്കിയ റസ്റ്റോറന്റിലെ കടലോര ഇരിപ്പിടങ്ങളിലൊന്നിൽ എന്റെ സ്ഥലം കണ്ടെത്തി. റസ്റ്റോറന്റിൽ നിന്നുള്ള പഴയ അറബിപ്പാട്ടും കടലിടുക്കിലെ തുടിയും ചേർന്ന് പശ്ചാത്തല സംഗീതമൊരുക്കി. കടൽ ഞണ്ടിൻ സൂപ്പിന്റെ രുചിക്കാലുകൾ നാവിൽ ഇറുകിപ്പിടിച്ചു. കട്ടിയിലരച്ചെടുത്ത കടല ഒലിവെണ്ണയിൽ ചാലിച്ച് മുക്കിത്തിന്നുന്ന അറബിയുടെ നാവിലുറച്ചുപോയ കുബ്ബൂസ് റൊട്ടിയുടെ പുതിയ രുചി നാവിനെ മെരുക്കിയെടുത്തു. രുചിക്കൂട്ടുകളിലേക്ക് എന്റെ മനസ്സും നാവും വയറും ചുഴിഞ്ഞിറങ്ങി. ബില്ല് കൊടുത്തിറങ്ങിയപ്പോൾ ഒരു ഓർമ്മ പാരിതോഷികത്തിനായി ഞാൻ ഈന്തപ്പന തടിവെട്ടിയെടുത്തുണ്ടാക്കിയ പ്രാചീനത തോന്നിച്ച സുവനീർ കടകളിലേക്കിറങ്ങി.

കടൽ ചിപ്പികൾ പൊളിച്ച് മുത്തെടുത്തിരുന്ന ചെറുകത്തികളുൾപ്പെടെ പലതരം കത്തികളും ഊന്നുവടികളും മൺപാത്രങ്ങളും കയിലുകളും ആടയാഭരണങ്ങളും എന്റെ മനസ്സിനെ ഒരു പ്രാചീനതയിലേക്കുയർത്തി. കൂട്ടത്തിൽനിന്ന് രണ്ട് കുഞ്ഞു ഒട്ടകങ്ങളും തണൽ വിരിച്ച് നില്ക്കുന്ന ഈന്തപ്പനയുമുള്ള ഒരു താക്കോൽ ചങ്ങല ഞാൻ തപ്പിയെടുത്തു.

ഉഗ്രനായിരിക്കുന്നു ഈ തെരഞ്ഞെടുപ്പ്. അറബിനാടിനെ കൃത്യ

മായി അടയാളപ്പെടുത്തുന്നത്. കാഴ്ചയ്ക്ക് ചന്തമുള്ളത്. വിലയും പേഴ്സിലൊതുങ്ങും. പറഞ്ഞ വില നിജപ്പെടുത്താനും ഒരു വിലപേശലിനൊരുങ്ങാനുമായി ഞാൻ ഒട്ടകങ്ങളെ ഈന്തപ്പനയടക്കം മറിച്ചിട്ടപ്പോൾ ശരിക്കും ഞെട്ടിപ്പോയി.

മെയ്ഡ് ഇൻ ചൈന.

പെട്ടെന്ന് എന്റെ കണ്ണുകൾ ചുറ്റും വട്ടംകളിച്ചു നടന്നു. പ്രാചീന വേഷത്തിൽ കുടിലുകൾക്ക് മുന്നിലെ അറബികൾ. ഇത് ഒരു വെറും അറബിക്കഥ മാത്രമാണോ? പിന്നെ അവ ഉരു, കപ്പൽ, പായ വകകളിലൂടെ എന്നിൽ നിശ്ചലമായി നിന്നു.

പിന്നിൽ, എല്ലാറ്റിനേയും സമന്വയിപ്പിച്ചുകൊണ്ട് കടൽ മുരളുന്നു.

ഭൂമിയമ്മ

ഏറെ നാളത്തെ ഗർഭം മഴമേഘങ്ങളിലൊളിപ്പിച്ച് ഭൂമിയമ്മ ക്ഷമയോടെ കാത്തിരുന്നു.

തന്റെ കൗരവരെ, സഹസ്രരെ അല്ല, കോടാനുകോടി മഴത്തുള്ളികളെ സുരക്ഷിതമായി പെറ്റിടാനുള്ള ഒരിടത്തിനുവേണ്ടിയുള്ള കാത്തിരിപ്പ് നീണ്ടു.

താഴെ.............

പുൽമേടുകൾ ചൂട്ടുകറ്റകൾ കുത്തിക്കെടുത്തിയതുപോലെ തലപൊള്ളി നില്ക്കുന്നു.

കാടും മരങ്ങളും ചെമ്മൺപൊടിയും കരിങ്കൽപൊടിയും പുതഞ്ഞ് മൂളി വിറയ്ക്കുന്നു.

വാഹനങ്ങൾ തുപ്പിയ പുകയൂതിവിട്ട കാറ്റിൽ അവ രൗദ്രതാണ്ഡവമാടി വിറകൊള്ളാൻ തുടങ്ങി.

ഭൂമിയമ്മ സ്തബ്ധയായി. ഖിന്നയായി,

എവിടെ എന്റെ മക്കളെ, മഴച്ചാലുകളെ സുരക്ഷിതമായി പെറ്റിടാനൊരിടം?

ഭൂമി വിണ്ടുകീറി, തൊണ്ട വരണ്ടുള്ള മനുഷ്യന്റെ ആധി കണ്ട് ഭൂമിയമ്മ ഒരുപാടാലോചിച്ചു. ആലോചനയ്ക്കൊടുവിൽ നെഞ്ചുപൊള്ളി അവർ ഒരു തീരുമാനത്തിലെത്തി.

മഴത്തുള്ളികളെ പെറ്റിടാനോങ്ങിയ തീരുമാനത്തിൽ പെട്ടെന്നാണ് അവരുടെ കണ്ണുകളിൽ ആ കാഴ്ച വന്നുപെട്ടത്.

ശോഷിച്ച കാടുകളുടെ വിതാനത്തിനു താഴെ ക്വാറികളും പാറമടകളും കാട്ടുപിശാചുക്കളെപ്പോലെ, കിട്ടുന്നതെന്തും വിഴുങ്ങാനുള്ള ത്വര

യിൽ വാപൊളിച്ച് നില്ക്കുന്നു.
മനുഷ്യർക്കുവേണ്ടി താൻ ചുരത്തുന്ന തുള്ളികൾ, ദൈവമേ....

മനം നൊന്താണെങ്കിലും ഭൂമിയമ്മ ഞൊടിയിടയിൽ തന്റെ തീരുമാനം മാറ്റി. മേഘത്തുടകൾക്കിടയിലൂടെ താഴോട്ട് കുതിക്കാൻ വെമ്പിയ മഴത്തുള്ളികളെ അവർ തിരിച്ചു വിളിച്ചു. മേലെ, തടസ്സങ്ങളില്ലാത്ത, അനന്തമായ ഒരു ലോകത്തിലേക്ക് അവയെ ആറ്റിക്കുറുക്കി പറക്കാൻ വിട്ടു. പകരം അവർ ഭൂമിയിലേക്ക് തന്റെ കണ്ണീർ മഴ പെയ്തിറക്കി. അതിൽ കാട് കരിഞ്ഞ് ചാമ്പലായി. ഭൂമി ചുട്ടുപൊള്ളി. ക്വാറികൾ വറചട്ടികളായി ഉഷ്ണം തുപ്പി. മനുഷ്യർ നില്ക്കക്കള്ളിയില്ലാതെ, തൊണ്ട വരണ്ട്, വയറൊട്ടി, ശേഷിച്ച കാടിനേയും മരങ്ങളേയും തെറി വിളിച്ച് കാറിത്തുപ്പി, നെട്ടോട്ടം തുടങ്ങി.

അപ്പോൾ സംതൃപ്തയായി ഭൂമിയമ്മ ദേഹം കുലുക്കി, കൂടുതൽ മറിഞ്ഞ് ആർത്തു ചിരിച്ചു.

ആ ചിരിയിൽ പ്രപഞ്ചത്തിന്റെ ഏതൊക്കെയോ കോണുകളിൽ നിന്ന്, പ്രളയത്തിന്റെ ആദ്യത്തെ ഇരമ്പൽ കേട്ടു.

അടിയൊഴുക്ക്

ഭ്രാന്തായിരുന്നു മീനാക്ഷിക്ക്, അവളുടെ പന്ത്രണ്ടാം വയസ്സ് തികയുന്നതിന്റെ തലേന്നു രാത്രി. ശരിക്കും ഭ്രാന്ത് പതിനൊന്നു നിറഞ്ഞ്, 364 ാം ദിവസം അർദ്ധരാത്രിയോടടുത്ത് അവൾ ആകെ നിറഞ്ഞ് തുളുമ്പുകയായിരുന്നു. ആവേശം കൊണ്ടെനിക്കിരിക്കാൻ വയ്യേ എന്ന മട്ടിൽ ഞാൻ അന്ധാളിച്ച് അവളിൽ കണ്ണുനട്ട് കിടന്ന കിടപ്പിൽ കിടന്നപ്പോൾ എനിക്കരികെ സന്തോഷംകൊണ്ട് അവൾ കിടക്കയിൽ നൃത്തച്ചുവടുകൾ വെച്ചു. തലയിളക്കി, കൈകൾ ആഞ്ഞുവിടർത്തി, പാശ്ചാത്യമോ, ആധുനികമോ എന്നൊന്നും എനിക്ക് തിരിച്ചറിയാൻ വയ്യാത്ത താളത്തിൽ ചുവടുകൾ തുടർന്നുകൊണ്ടിരുന്നു. “എന്റെ ബെർത്ത് ഡേ നാളെ, എന്റെ ബെർത്ത്ഡെ നാളെ..... ഹായ്..... ഹായ്..... എന്റെ ബെർത്ത്ഡേ നാ....” അവൾ ഈണത്തിൽ പാടിക്കൊണ്ട് നൃത്തം തുടർന്നു. അപ്പോൾ പന്ത്രണ്ടു മണിക്ക് ഏതാനും നിമിഷങ്ങൾ മാത്രമേ ബാക്കിയുണ്ടായിരുന്നുള്ളൂ. അവളുടെ കാത്തിരിപ്പിന്റെ ഒടുക്കം ഉത്സാഹത്തിന്റെ, പുതുപ്പിറവിയുടെ തുടക്കം.

മൊബൈൽ ഫോൺ തുറന്ന് അവൾ ഈണത്തിൽ പാടി പിടിപ്പിച്ചു. “ഹാപ്പി ബെർത്ത് ഡേ ടൂ മീ...... ഹാപ്പി ബെർത്ത് ഡേ ടൂ മീ.... ഹാപ്പി ബെർത്ത്ഡേ............ ഹാപ്പിബെർത്ത് ഡേ......”

ടൂയൂയിൽനിന്ന് ടൂമീയിലേക്കുള്ള ദൂരത്തിൽ അന്ധാളിച്ചിരുന്ന എന്നിൽ എന്തൊക്കെയോ വിഹ്വലതകൾ മുളപൊട്ടാൻ തുടങ്ങി. എന്താണിവൾക്ക് പറ്റിയത്? മക്കളുടെ രാത്രികളിലെ അന്ധാളിപ്പുമായി പൊരുത്തപ്പെട്ടുവന്നപ്പോഴാണ്, അടുത്ത തലമുറ കൂടുതൽ അന്ധാളിപ്പുകൾ സമ്മാനിച്ച് കടന്നുവരുന്നത്.

കാവി നിറത്തിലുള്ള സിമന്റ് തറ. ഊൺ മുറിയിൽ രണ്ടു വരികളായി നിരത്തിയിട്ട മരപ്പലകകൾ. ഏറിയാൽ അഞ്ചെട്ടെണ്ണം. പലക

കൾക്കു മുന്നിൽ നിവർത്തിയിട്ട കൊടിയായും കടയായും മുറിച്ച വാഴ യിലകൾ .... കളിച്ച് തിമർത്ത് വിശന്ന വയറുകളുമായി, ഇലകളിലേക്ക് നീണ്ടുവരുന്ന മരക്കയിലുകളേയും പ്രതീക്ഷിച്ച്, വായിൽ വെള്ളമൂറിച്ചുള്ള കാത്തിരിപ്പ്. അന്നു രാവിലെ തന്നെ കുളിച്ചിരിക്കും. അമ്പലത്തിൽ പോയി തൊഴുതിരിക്കും. നെറ്റിയിൽ ചന്ദനക്കുറി തൊട്ടിരിക്കും. അമ്പലത്തിലെ നേദ്യച്ചോറിന്റെ ചെറിയൊരുപങ്കിന്റേയും ഇറ്റിച്ചു കിട്ടിയ പായസത്തി ന്റേയും പിറകെ വരുന്ന, വയറുനിറയുന്ന ചോറും പച്ചക്കറി ഉപദംശങ്ങളും പായസവും. ബെർത്ത്ഡേയല്ല, പിറന്നാൾ. വെറുമൊരു നക്ഷത്ര പിറ ന്നാൾ. വകയുള്ള വീട്ടിലേക്ക് ഇത്രമാത്രമാണെങ്കിൽ, വകയില്ലാത്തിട ങ്ങളിലെ കളിക്കൂട്ടുകാരുടെ സ്ഥിതിയോർത്ത് മനസ്സ് നൊന്തിട്ടുണ്ട് പക്വത വന്നപ്പോൾ. ഏതൊരു സമർത്ഥന്റേയും പിടിയിലൊതുങ്ങാത്ത കാല ത്തിന്റെ കുതിപ്പിൽ, വഴുക്കലുള്ള അതിന്റെ സന്ധികളിൽ വക യുള്ളവരേയും, ഇല്ലാത്തവരേയും എന്റെ ഊഹത്തിനപ്പുറത്തേക്ക് മാറ്റി പ്രതിഷ്ഠിച്ച്, കാലം പിന്നീടെന്നെ സന്തോഷിപ്പിക്കുകയും അമ്പരപ്പിക്കു കയും ചെയ്തിട്ടുണ്ട്.

അങ്ങനെയൊക്കെയോർത്ത്, കണ്ണിൽ നക്ഷത്രങ്ങൾ വിരിയവെ, മന സ്സിൽ നക്ഷത്രങ്ങളെണ്ണവെ മീനാക്ഷി എന്നെ കുലുക്കിയുണർത്തി.

“അച്ഛമ്മെ, ബെർത്ത് ഡേ പാർട്ടിയെന്തിനാ, രാത്രിയത്തേക്കാക്കിയേ, എനി എത്ര മണിക്കൂറ് കാത്തിരിക്കണം. ഉച്ചത്തേക്കാക്കാമായിരുന്നു.”

ഉച്ചയ്ക്ക് തീൻ മുറിയും, സ്വീകരണമുറിയും ചേർന്നുള്ള ഹാളിൽ കെട്ടിത്തൂക്കിയ വർണ്ണ ബലൂണുകൾക്ക് രാത്രിയിലെ വൈദ്യുതി വെളി ച്ചത്തിൽ നിന്നുള്ളത്ര തെളിച്ചം കിട്ടില്ല. കടയിൽനിന്ന് വാങ്ങിയ ഹാപ്പി ബെർത്ത് ഡേ എന്നെഴുതിയ ചെറിയ ബോർഡിലെ വർണ്ണലിപികൾ വെട്ടി ത്തിളങ്ങില്ല. ബർത്ത്ഡേ കേക്ക് മുറിക്കുമ്പോൾ പൊട്ടിക്കുന്ന കുഴലിൽ നിന്ന് ചിതറി വീഴുന്ന വർണ്ണ തരികൾക്ക് രാത്രിയിലുള്ളത്ര കുഴച്ചിലും മറിച്ചിലുമുണ്ടാകില്ല. അയൽപക്കത്തുനിന്ന് ക്ഷണിച്ചുവന്ന മുന്തിയ ഉടു പ്പുകളിട്ട കുട്ടികളുടെ കളിയിലും ചിരിയിലും ഇത്ര ആർജ്ജവം കാണില്ല. ഉച്ചയ്ക്കത്തെ ലഞ്ച് വിളമ്പിയിടുന്ന പ്ലേറ്റുകളേക്കാൾ ഹരം രാത്രിയി ലത്തെ ഡിന്നർ പ്ലേറ്റുകൾക്കു തന്നെയാണ്. ഇതൊക്കെ അവളും മനസ്സി ലാക്കിയതാണ്. എങ്കിലും മണിക്കൂറുകളെ കൂച്ചുവിലങ്ങിടുന്ന ആകാം ക്ഷകൊണ്ട് സങ്കടപ്പെട്ടുപോയതാണ്.

അവൾ പെട്ടെന്ന് കട്ടിലിൽനിന്ന് ചാടി താഴെയിറങ്ങി മുറിയുടെ മൂല യിൽ, ഒരു സഞ്ചി നിറയെ വച്ചിരുന്ന റിട്ടേൺ ഗിഫ്റ്റുകളുടെ പൊതിക ളെടുത്ത് എണ്ണി തിരികെ വെക്കുമ്പോൾ ചോദിച്ചു. “അച്ചമ്മേ തെകയൂ ല്ലെ.......”

മനസ്സിൽ നുരഞ്ഞുവന്ന അമർഷം അടക്കി. ഇങ്ങനെയുണ്ടോ ഒരു പ്രാന്ത്. ഇതുവരെ ആരും പിറന്നാൾ കഴിച്ചിട്ടില്ലാത്തതുപോലെ. മക്കളു ടേത് ആഘോഷിക്കാൻ തുടങ്ങിയപ്പോൾ മട്ടൊന്നുമാറിയിരുന്നു. നക്ഷ ത്രത്തിന് കുളിയും അമ്പലത്തിൽ പോക്കും പച്ചക്കറിയൂണും മാത്രം.

ജനിച്ച തീയതിക്ക് അവരുടെ അടുത്ത മുന്നോനാലോ കൂട്ടുകാരെ വിളിച്ച് മത്സ്യമാസാദികളടക്കം ഒരൂണ്. അതുതന്നെ തട്ടിക്കൂട്ടാത്ത വീടുകളിലേ താണ് ചങ്ങാതിമാരിൽ പലരും.

റിട്ടേൺ ഗിഫ്റ്റുകൾ. പിറന്നാൾ സമ്മാനങ്ങളുമായി വരുന്ന കുട്ടി കൾക്ക് ആഘോഷങ്ങളൊക്കെ കഴിഞ്ഞ് പോകുമ്പോൾ കൊടുക്കുന്ന തിരിച്ചുള്ള സമ്മാനം. ഓരോ ദുബായ് പരിഷ്കാരങ്ങൾ. നാട്ടിലും ഇപ്പോൾ ഇങ്ങനെയൊക്കെ പതിവുണ്ടെന്ന് അവൾ പറഞ്ഞുതന്നെയാണ് ഞാന റിഞ്ഞത്. ദുബായിൽനിന്ന് വേനലവധിക്ക് നാട്ടിൽ വരുന്ന സമയത്തുള്ള അവളുടെ പിറന്നാൾ എനിക്കും വീടുണരുന്ന ഒരവസരം തന്നെയാണ്. എത്രതന്നെ വയ്യെന്ന് പുറംമേനി നടിച്ചാലും ഓടിച്ചാടി നടന്നുണ്ടാക്കുന്ന ഭക്ഷണ വിഭവങ്ങൾ, മക്കളും ഭാര്യമാരും ചേർന്നൊരുക്കുന്ന അലങ്കാര ങ്ങൾ. അതിനിടയിൽ പേരമക്കൾ തീർക്കുന്ന കോലാഹലങ്ങൾ.

മീനാക്ഷിയുടെ മനസ്സുപോലെത്തന്നെ എന്റെ മനസ്സിലും ആകാം ക്ഷയുടെ ഉറവകൾ ചീറ്റിക്കൊണ്ടിരുന്നു. ഈ കുട്ടികളുടെയൊക്കെ പോക്ക് എങ്ങോട്ടാണ്? കംപ്യൂട്ടറിലും ടി വി യിലും ടാബിലും സദാ കോർത്തിരി ക്കുന്ന അവരുടെ കണ്ണുകളിൽ സ്നേഹപ്പൊട്ടുകൾ തിളങ്ങുമോ? അനു കമ്പയുടെ നീരുറവകൾ ഹൃദയത്തിൽ ചാലുകീറി നനച്ചിടുമോ? വിരൽ തുമ്പിൽ ആവശ്യങ്ങൾ നിറവേറ്റപ്പെടുമ്പോൾ, ആഗ്രഹങ്ങളുടെ തോണി യൂന്നി രക്ഷിതാക്കൾ പിറകെ നടക്കുമ്പോൾ, മക്കൾക്കുപോലും നല്കാത്ത കരുതലിന്റെ വലയിൽ അവരെ അപ്പൂപ്പനമ്മൂമ്മമാർ കുടു ക്കുമ്പോൾ, ജീവിതം പൊരുതി ചാടി കടക്കേണ്ട ഒരു കടമ്പയല്ലാതായി മാറുമ്പോൾ, സ്നേഹം, അലിവ് എന്നീ വികാരങ്ങളുടെ ഉറവ അവരിൽ വറ്റിപ്പോകില്ലേ? ഈ ചിന്തകൾ മനസ്സിനെ അലങ്കോലപ്പെടുത്തിയപ്പോൾ എന്റെ കണ്ണുകൾ അറിയാതെ ചുവരിലെ ക്ലോക്കിലേക്കു നീങ്ങി. സമയം കൃത്യം പന്ത്രണ്ടുമണി.

മീനാക്ഷി പാടി പിടിപ്പിച്ച വരികൾ അവളുടെ മൊബൈലിൽ നിന്നൊ ഴുകി. "ഹാപ്പി ബെർത്ത് ഡേ ടൂമി..... ഹാപ്പി ബെർത്ത്ഡേ ടൂമീ..... പാടച്ചമ്മേ, എന്റെ കൂടെ പാട്. പ്ലീസ്...."

ഇതുവരെ ഹാപ്പിബെർത്ത്ഡേ പാടിയിട്ടില്ലാത്ത ഞാൻ അവളുടെ കൂടെ പാടി. " ഹാപ്പി ബെർത്ത് ഡേ ഡിയർ മീനാച്ചീ.... ഹാപ്പീ ബെർത്ത് ഡേ ടൂയൂ...." എനിക്ക് തരക്കേടില്ലാത്ത പുതിയ ഒരീണമുണ്ടെന്ന് ഞാനന്ന് അറിഞ്ഞു. എന്റെ തലയിണക്കിടയിൽ വച്ചിരുന്ന ഭംഗിയുള്ള ഒരു കവർ ഞാനവളുടെ കൈ വിടർത്തി പിടിപ്പിച്ചു.

"മെനി, മെനി ഹാപ്പി റിട്ടേൺസ് ഓഫ് ദി ഡേ...."

"ഞാനിന്ന് അച്ചമ്മയുടെ കൂടെ കിടക്കും. എന്നെ അച്ചമ്മ ആദ്യം വിഷ് ചെയ്യണം." തലേന്ന് രാത്രി അവൾ അച്ഛനമ്മമാരുടെയും അനുജ ന്റെയും സമ്മതം വാങ്ങിയിരുന്നു.

പെട്ടെന്ന് അവൾ എന്നിലേക്ക് ചാഞ്ഞു. ഞാനവളെ കെട്ടിപ്പിടിച്ച് ഉമ്മ വെച്ചു. അവൾക്ക് എന്നോട് എന്തോ പറയാനുണ്ടെന്ന് തോന്നി.

അറച്ചറച്ച് അവളുടെ വാക്കുകൾ പുറത്തുവന്നു. "അച്ചമ്മേ വുഡ് യൂ പ്രിഫർ...... വുഡ് യൂ പ്രിഫർ......" അവൾ അർദ്ധോക്തിയിൽ നിർത്തി. ചിലപ്പോൾ മാത്രമേ അവളെന്നോട് ഇംഗ്ലീഷിൽ സംസാരിക്കാവുള്ളൂ. വിഷയം അത്ര സുഗമമല്ലാതിരിക്കുമ്പോൾ മാത്രം.

"ഉം...... നീ പറയ്......."

"അച്ചമ്മേ....... അത് പിന്നെ.......... വുഡ് യൂ........"

"ഉം. വേഗം മീനാക്ഷീ എനക്ക് ക്ഷമയില്ല. എന്തായാലും നീ പറ...."

"അച്ചമ്മേ........ വുഡ് യൂ പ്രിഫർ എ എപെയ്ൻ ഫുൾ ഡത്ത് ഓർ പെയ്ൻലസ് ഡത്ത്..."

പെട്ടെന്ന് ഞാനൊന്ന് നടുങ്ങി. ലോകത്തിന്റെ സ്നേഹം പാടെ വറ്റിയതായും എന്റെ അന്ത്യം അടുത്തതായും ഒരു നിമിഷത്തേക്ക് ഞാൻ മനസ്സുകൊണ്ടനുഭവിച്ചു.

അടുത്ത നിമിഷം സ്വയം വീണ്ടെടുത്ത്, ലാഘവം വരുത്തി ഞാൻ പറഞ്ഞു"ഡെഫനിറ്റ്ലി, ഐ പ്രിഫർ എ പെയ്ൻ ലസ്സ് ഡത്ത്...."

"വൈ.....?"

"ഐ വോൺട് നോ ദാറ്റ് ഐ ആം ഡയിങ്. അതർ വൈസ് ഐ വിൽ ബീ സഫറിങ്...."

"ബട്ട് യൂ വോൺട് ഡൈ..... അച്ചമ്മാ..... നോബഡി വാൺട്സ് യൂടു ഡൈ."

"ഓൾ ഹാവ് ടു ഡൈ വൺ ഡേ മീനാക്ഷി."

"നോ. യൂ വോൺട്. ബിക്കോസ് നോബഡി വാൺട്സ് യൂടു ഡൈ."

"മേ ബീ യൂ ഡോൺട് വാൺട്. ബട്ട് വാട്ട് എബൗട്ട് ദ അദേർസ്....?"

"നോ അച്ചമ്മാ ബിക്കോസ് ഓൾ ലവ് യൂ സോമച്ച്"

സ്നേഹത്തിന്റെ കൈകൾകൊണ്ട് വീശിയടിച്ചാലെന്നവണ്ണം വീണ്ടും ഞാനൊന്ന് ഞെട്ടി. സ്നേഹം ഒരു നീരുറവയായി പൊട്ടി ചീറ്റി എന്നെ പൊതിഞ്ഞു. ഞാനവളെ കെട്ടിപ്പിടിച്ച് അമുക്കി. എന്റെ കണ്ണു നനഞ്ഞത് അവൾ കണ്ടില്ല. ഇത് സത്യമായിട്ടും സത്യമാണോ?

ഊഴം

ഉറക്കത്തിന്റെ കടൽച്ചുഴിയിൽപ്പെട്ട് കൈകാലുകൾ ഇട്ടടിക്കുമ്പോൾ പെട്ടെന്നൊരു സ്വപ്നം എന്റെ മുന്നിലേക്ക് നീന്തിയെത്തി. തല്ക്കാലം സ്വപ്നം എനിക്കൊരത്താണിയായി. കൈയെത്തിച്ചപ്പോൾ ഒരു കിടിലൻ സാധനം. വിഭ്രമിപ്പിക്കുന്ന ഒരെണ്ണം. അതിൽ പിടിച്ച് ഞാൻ കിലുങ്ങിയുലഞ്ഞപ്പോൾ അരവിന്ദൻ മാസ്റ്റർ എനിക്കു മുന്നിൽ കാലത്തിന്റെ കളികളുടെ അപ്രതീക്ഷിതമായ ഒരു കിക്ക്.. മാസ്റ്റർ മൂക്കിലൂടെ റൈസ് ട്യൂബ് കയറ്റി, ലിംഗത്തിൽ ചുറ്റി താഴ്ത്തിക്കെട്ടിയ മൂത്ര സഞ്ചിയുമായി നിശ്ചേഷ്ടനായി എന്റെ മുന്നിൽ കിടക്കുകയാണ്. ജീവിതത്തിന്റെ അറ്റംവരെ ചുറുചുറുക്കോടെ ഓടി തീർത്ത മാസ്റ്ററുടെ കണ്ണുകൾ മാത്രം സചേതനങ്ങളാണ്. കഴുത്തോളം മൂടിയ വെള്ളപുതപ്പിനു പുറത്ത് നെഞ്ചത്ത് ജീവിതം കടിച്ചുതൂങ്ങി താളം കൊട്ടിക്കൊണ്ടിരിക്കുന്നു. ചുറ്റിനുമുള്ളതെല്ലാം ഒപ്പിയെടുത്ത് ആ കണ്ണുകൾ അങ്ങോട്ടെക്കെത്തിച്ചു കൊണ്ടിരിക്കുകയാണ്.

മാസ്റ്റർക്ക് എന്നെ മനസ്സിലായി. ഘടികാരസൂചികൾപോലെ ചലിക്കുന്ന കണ്ണുകൾകൊണ്ട് അദ്ദേഹം അതു പറഞ്ഞു.

രണ്ടുമാസം മുൻപ് മാസ്റ്ററെ കണ്ടപ്പോൾ ഒരു പന്തിയില്ലായ്മ തോന്നിയത് ഞാനോർത്തു. അദ്ദേഹത്തിനു മുന്നിൽ ജീവിതം ഒന്നൊടിഞ്ഞു തൂങ്ങിയ മട്ടുണ്ടായിരുന്നു.

എനിക്ക് ഈ കാഴ്ച ഏറെ നേരം കണ്ടുനില്ക്കാനാവില്ല. എന്റെ കണ്ണുകളിൽ ഉറഞ്ഞുവന്നത് കണ്ണീരല്ല, ഹൃദയരക്തമായിരുന്നു.

എന്റെ ആദ്യപുസ്തകത്തിന് അവതാരികയെഴുതിയത് മാസ്റ്ററാണ്. എഴുത്തിനെ തുടക്കത്തിൽ പ്രശംസിച്ചതും പ്രോത്സാഹിപ്പിച്ചതും മാസ്റ്ററാണ്.

സ്വപ്നം കാണുമ്പോൾ നമുക്കാർക്കും അത് സ്വപ്നമാണെന്ന് തോന്നാറില്ല. ജീവിതത്തിന്റെ പൊട്ടും പൊടിയുമായി അത് മുന്നിലവതരിക്കും. ആ കയ്പിൽ നിന്നാണ് ഞാൻ തിരിച്ചു നടന്നത്. നിസ്വാർത്ഥിയെന്നഭിനയിക്കുന്ന എന്നിലെ സ്വാർത്ഥി, എന്റെ തികഞ്ഞ ആരോഗ്യത്തിലും ഊർജ്ജസ്വലതയിലും തെല്ലിട ഊറ്റം കൊണ്ടു. മാസ്റ്ററെ തോല്പിച്ച് ഞാൻ വിജയിയായി. അതിന്റെ കുശുമ്പു നിറഞ്ഞ ഒരു രസം. ദൈവമേ, മറ്റൊന്നും തന്നില്ലെങ്കിലും ഇതുമതി. ഈ പൂർണ്ണാരോഗ്യം.

പെട്ടെന്ന് എന്റെ സ്വപ്നം മുറിഞ്ഞു. അല്ല, മാസ്റ്ററുടെ ആ കിടപ്പ് കണ്ടു നില്ക്കാനാവാതെ എന്റെ ചലനാത്മക ജീവിതത്തിലേക്ക് ഞാൻ ഒളിച്ചോടിയതാണോ?

ഞാൻ ആകെ ഒരു കുഴച്ചിലിലായിരുന്നു.

ആ കുഴച്ചിലിൽ ഞാനൊന്ന് മയങ്ങിപ്പോയി. മയക്കത്തിൽനിന്ന് എപ്പൊഴോ പതുക്കെ ഉണർന്നു.

എന്റെ തൊണ്ട വല്ലാതെ വരളുന്നു. വരണ്ട് പൊട്ടുന്നു. എനിക്കൊരല്പം വെള്ളം കുടിക്കണം.

കട്ടിലിൽ തലയ്ക്കലെ വെള്ളത്തിനുവേണ്ടി കൈയെത്തിക്കാൻ ശ്രമിച്ച് ഞാൻ പരാജയപ്പെട്ടു. അയഞ്ഞതാണെങ്കിലും കൈകൾ ബന്ധനത്തിലാണെന്ന് എനിക്ക് മനസ്സിലായി.

ഞാൻ പതുക്കെ കണ്ണു തുറന്നു. മുറിയാകെ മങ്ങി കത്തുന്ന ഉറക്കറ വെളിച്ചത്തിൽ മൂടിനില്ക്കുന്നു. ഒരു ഘടികാരത്തിലെ പെൻഡുലം പോലെ, കട്ടിലിൻ തലയ്ക്കലെ സ്റ്റാൻഡിൽ ഗ്ലൂക്കോസ് നിറച്ച കുപ്പി ചെറുതായി ആടുന്നത് എന്റെ കണ്ണിൽപെട്ടു. ഒരു സന്തത സഹചാരിയായി എന്റെ കൂടെ ഒരുപാടു കാലമായി. മൂക്കടപ്പുണ്ടായിരുന്നു. എന്നും രാത്രി കിടക്കുമ്പോൾ ഞാൻ വിക്സിന്റെ ഒരുപാട മൂക്കിനുചുറ്റും വാരിപ്പൊത്തും. ഉറക്കത്തിൽ പലതവണ ഞാൻ മൂക്കിലൂടെ ശക്തിയിൽ ശ്വാസം വലിച്ചു കയറ്റും.

ഇപ്പോൾ എനിക്കൊരല്പം വിക്സ് വേണമല്ലോ.

വിക്സിന്റെ ചെറിയ പച്ച ഡബ്ബക്കായി കൈയെത്തിക്കാൻ ശ്രമിച്ചു.

വലതു കൈയിലെ സൂചി തറച്ചുകയറിയ ഇറുക്കം അതു ബന്ധനത്തിലാണെന്ന് വീണ്ടും എന്നെ ഓർമ്മിപ്പിച്ചു.

ശ്വാസോച്ഛ്വാസങ്ങൾക്ക് കുറുകെ മൂക്കിലേക്ക് ഇറക്കിയ ട്യൂബ് തടഞ്ഞു നില്ക്കുന്നു. ഞാൻ തീക്ഷ്ണചലനങ്ങളോടെ കണ്ണുകൾകൊണ്ട് മൂക്കിൻതുമ്പു തൊട്ടു.

എന്റെ ചലനാത്മകമായ ജീവിതത്തിൽനിന്ന് ദൈവമേ, മാസ്റ്റർക്കു പകരം ആരാണ് എന്നെ ഇവിടെ കൊണ്ടുവന്നു കിടത്തിയത്? അത്ഭുതകരമായിരിക്കുന്നുവല്ലോ ഈ കളി. അഹവും മൂക്കടപ്പും ഒത്തുതീർപ്പിലെത്തിച്ച് ഞാൻ ഇരുകണ്ണുകളും അടച്ച് കിടന്നു.

പുലർച്ചെ. പ്രഭാകിരണങ്ങൾ ജനൽകർട്ടനിലൂടെ ഒളിഞ്ഞുനോക്കുന്നതേയുള്ളൂ. എന്റെ മുറിയുടെ മൂലയ്ക്കലെ ടെലഫോൺ നിർത്താതെ ശബ്ദിച്ചുകൊണ്ടിരുന്നു. അസഹ്യതയോടെ മകളാണ് ഫോണെടുത്തത്.

"അരവിന്ദൻ മാഷോ? എപ്പോ? മാഷ് കെടപ്പിലൊന്നുമാര്ന്നില്ലല്ലോ. അമ്മ നല്ല ഉറക്കത്തിലാന്ന് തോന്ന്ന്നു. അറിഞ്ഞാ വിഷമിക്കും. മെല്ലെ അറിയിക്കാം. ശരി"

മറ്റൊരു തെളിവുള്ള സ്വപ്നത്തിനുവേണ്ടി കൊതിച്ച് ഞാൻ കണ്ണുകൾ ഇറുകെ അടച്ചു.

ആരൂഢം

തലവര എന്ന നേർത്ത വരയിൽ ജീവിതം മുഴുവനർപ്പിച്ച് മരിക്കാൻ കിടക്കുന്ന പടുവൃദ്ധനായ ഒരു പാഴ്മനുഷ്യന്റെ അന്ത്യാഭിലാഷം നിറവേറ്റാനുള്ള ഒരു ചെറിയ യാത്രയിലാണ് അവൻ. വേലായുധൻ എന്ന മകൻ.

പഴയപ്ലാസ്റ്റിക് കൂടിനകത്തു സൂക്ഷിച്ച ചെറിയ ഒരു സഞ്ചി അവൻ കൈവള്ളയിലേക്ക് ഒന്നുകൂടെ ഒതുക്കിപ്പിടിച്ചു. കിട്ടുമെന്നുറപ്പുള്ള, കേട്ടാൽ മൂക്കത്തു വിരൽ വെച്ചുപോകുന്ന ഒരു സാധനം, തട്ടാതെ, തൂവാതെ അപ്പനു മുന്നിലെത്തിക്കണമല്ലോ. ആകാംക്ഷയുടെ ഒരു ചെറുകിളി ചിറകടിച്ച് കൂടെത്തന്നെയുണ്ട്.

യാത്ര അവസാനിച്ചത് ഒരു പടുകൂറ്റൻ കെട്ടിടത്തിന്റെ മതിലിലെ ഗേറ്റിനു മുന്നിലാണ്. തന്റെ ചെറിയ ആക്രിക്കടയിലെ സാധനങ്ങൾക്കിടയിലെ, ഒരു ആക്രിയായി സ്വയം ചുളുങ്ങി ഒതുങ്ങുന്നതായി അവനു തോന്നി. ഭീമാകാരൻ കെട്ടിടവും മതിലും ഗേറ്റും പാറാവുമൊക്കെയായി, ഈശ്വരാ, തന്റെ വഴിമുട്ടിച്ചിരിക്കുന്നുവല്ലോ........ പകപ്പിൽനിന്ന് അല്പമൊന്നുണർന്നപ്പോൾ വേലായുധൻ കണക്കുകൂട്ടി.

സ്ഥലം ഇതുതന്നെയാണ്. തെറ്റിയിട്ടില്ല. വഴിനീളെ ചിന്തകൾ കടന്നലുകളെപ്പോലെ ഇളകിയിരുന്നെങ്കിലും, ചോദിച്ചും ഉറപ്പിച്ചുമാണ് ഇവിടെ എത്തിയത്. അപ്പൻ വിസ്തരിച്ച നാട്ടുവഴികളുടെ കോലോം കെടപ്പും മാറിയെങ്കിലും, ദിക്കുകൾ ഒരു സ്ഥലത്തും മാറില്ലല്ലോ. ഓർമ്മ മങ്ങിയ കിടപ്പിലും അത്ര കൃത്യമായാണ് ദിക്കുകൾ ഓർത്തെടുത്ത് പറഞ്ഞു തന്നത്.

“ചെമ്മൺ നെരത്ത് നാലും കൂടുന്ന ഇല്ലത്ത് മുക്കില് മോനെ, നീ

തിരിയാണ്ട് നേരെ നടന്നോ. തെക്ക്ന്ന്ബെര്ന്ന മീഞ്ച്റതോട്, മുക്ക്ന്ന് തിരിഞ്ഞ് നേരെ ഒരൊറ്റ ഒയ്ക്കാന്. തോടിന്റീം മീനിന്റീം ഓയ്ക്കിന്റെ ഒപ്പരം ബെച്ച്പിടിച്ചോ. ഒര് മൂന്നാല് പർലോങ്ങ് നടന്നാ, ബെല്ല്യ ഒരാലും തറീം...... ആട്ന്ന് എടത്തോട്ട് തിരിഞ്ഞ് കൊറേ നടന്നാ........ മീഞ്ച്റ തോടിലിപ്പം പണ്ടത്തെ ഒയ്ക്കും മീനൂണ്ടാവോ...... മ്മോ"

അപ്പന്റെ ഓർമ്മ പെട്ടെന്നവിടെ മുറിയുന്നു. അപ്പൻ നിശ്ശബ്ദനാവുന്നു. ചത്തമീനിന്റെ കണ്ണുകളെപ്പോലെ ദൃഷ്ടികൾ മേലെ മച്ചിൽ തറയുന്നു. ഹാർഡ് ബോഡ് പാകിയ, ദ്രവിച്ചു തുടങ്ങിയ മച്ചാണ്. തുടർച്ചയായി മഴ പെയ്താൽ ഓടിളകിയ വിള്ളലുകളിലൂടെ വെള്ളം കുതിക്കും. വെള്ളത്തോടൊപ്പം കുതിർന്ന് പൊടിഞ്ഞ ഇറ്റാൻ നില്ക്കുന്ന പുകപിടിച്ച ഹാർഡ്ബോഡിന്റെ കെട്ട മഞ്ഞനിറം, അപ്പൻ കോരിയ മലത്തിന്റെ നിറമാണ് ഓർമ്മയിലുണർത്തുക. താഴേക്കിറങ്ങുന്ന മഴവെള്ളം അപ്പന്റെ ദേഹത്ത് ചാറുമ്പോൾ ആ തണുപ്പിൽ, മീഞ്ചിറ തോടിന്റെ കൈകൾ തന്നെ തലോടുന്നതായി അപ്പന് തോന്നും. തോട്ടിലിറങ്ങുമ്പോൾ ഒരു കൂട്ടം മീനുകൾ വന്ന് കാലിൽ കൊത്തുന്ന ഓർമ്മ ഉറക്കത്തിന്റെ പുളപ്പായി അപ്പനെ മയക്കി കിടത്തും.

അപ്പന്റെ ഓർമ്മകൾ കലങ്ങുന്നിടത്ത് വേലായുധന്റെ ഓർമ്മകൾ തെളിയുന്നു. മേഘക്കൂട്ടത്തിലൂടെ ഊറിവരുന്ന വെണ്ണിലാക്കീറുപോലെ. ഇടത്തോട്ടു നടന്ന് കാല് കഴയ്ക്കുമ്പോഴാണ് ചതുപ്പുനിലത്തിലെ തോട്ടി കോളനിയിലെത്തുക. ജീവിതത്തിലുടനീളം അപ്പൻ കോരിയ മലകത്താട്ടിയിലെ മലത്തിന്റെ രുചിയിൽ മയങ്ങിക്കിടന്ന മണിയനീച്ചകളെപ്പോലെ, ചതുപ്പിൽ കോളനിയിലെ ചാളകൾ അള്ളിപ്പിടിച്ച് നിന്നിരുന്നു.

വേലായുധന് ഓർമ്മിക്കാനാവുന്നുണ്ട്. മാലോകർ മുഴുവൻ ഒഴിഞ്ഞു നടക്കുമ്പോഴും തോട്ടി കോളനിയോടൊട്ടി നീണ്ടൊഴുകുന്ന മീഞ്ചിറ ത്തോട്. പിന്നെയത് വയലിലേക്കിറങ്ങി വരമ്പിനോടു ചേർന്ന് ഒഴുകിപ്പോകും. പാടത്തേക്കിറങ്ങിയ തോട് പിന്നെവിടെപ്പോയൊളിച്ചു എന്ന് പലകുറി മനസ്സ് വേവലാതിപ്പെട്ടിട്ടുണ്ട്. കണ്ണെത്താദൂരത്തോളമുള്ള പാടം മുറിച്ചുകടത്താതെ, മീഞ്ചിറത്തോടിന്റെ ഒടുക്കം കാട്ടാതെ, തോട്ടിക്കോളനിയുടെ അതിരിനുള്ളിൽ ഒരുപാടുകാലം അപ്പൻ അവനെ തളച്ചിട്ടു. തോട്ടിയുടെ മകൻ എവിടെച്ചെന്നാലും അവനെ തീട്ടം മണക്കും. ആളുകൾ ഒഴിഞ്ഞുമാറി നടക്കും. അപ്പന്റെ നെഞ്ചിലെ തീ അതായിരുന്നു.

അപ്പന്റെ ചുമതലയിലുള്ള കക്കൂസുകൾ വൃത്തിയാക്കി മലം ചുമന്നുകൊണ്ട് കോളനിയിലേക്കുള്ള തിരിച്ചുവരവിൽ മീഞ്ചിറതോട്ടിലിറങ്ങും. അപ്പനുവേണ്ടി പടവുകൾ വെട്ടിയതുപോലെ തോട്ടിറക്കത്തിലേക്ക് രണ്ട് മൺവിടവുകൾ ഉണ്ടായിരുന്നു. അതിൽ ചവുട്ടിയിറങ്ങി അപ്പൻ ശരീരം ഉരച്ച് കഴുകും. പഴയ വർത്തമാനക്കടലാസ്സിൽ പൊതിഞ്ഞ ഒറ്റ മുണ്ടു

ടുത്ത്, തീട്ടപാടുകൾ കൊണ്ട് കുതിർന്ന വസ്ത്രങ്ങൾ തിരുമ്പിയെടുക്കുമ്പോൾ വെള്ളത്തിൽ കുതിർന്നു പൊങ്ങുന്ന മലപ്പൊട്ടുകൾക്കായി മീനുകൾ വാപൊളിച്ച് മേലോട്ട് കുതിക്കും.

ശേഷിച്ച മലപ്പൊട്ടുകൾ ഒഴുകി ദൂരെ എത്തിയ ശേഷമാണ് അപ്പൻ വേലായുധന്റെ കൈപിടിച്ച് തോട്ടിലിറക്കി കുളിപ്പിക്കുക. കുളികഴിഞ്ഞ്, കടലാസിൽ പൊതിഞ്ഞ, തേഞ്ഞ വാരസോപ്പിന്റെ കഷണം വേലായുധൻ തന്റെ വള്ളിനിക്കറിന്റെ പോക്കറ്റിൽ തിരുകും. വീട്ടിലെത്തിയാൽ നനഞ്ഞ സോപ്പുകഷണം കീറക്കടലാസുകൊണ്ടൊപ്പി ഉണക്കാൻ വെക്കുന്നത് അടുക്കളച്ചുമരിന്റെ പുകപോകാനുള്ള മൺദ്വാരത്തിലാണ്. കക്കൂസ് വൃത്തിയാക്കുന്ന വീടുകളിൽ നിന്ന് ഇരന്നു വാങ്ങുന്ന പഴയ വർത്തമാന കടലാസുകൾ വീട്ടമ്മമാർ പിശുക്കിയേ അപ്പന് കൊടുക്കാറുള്ളൂ. അങ്ങാടിയിൽ വിറ്റ് സ്വന്തം കാശായി സൂക്ഷിക്കാനുള്ള വീട്ടമ്മമാരുടെ ഒരു നിധിയാണ് അവ. “വായിക്കാനറിയാത്ത നിനക്കെന്തിനാ കരിഞ്ച ഇത്രയധികം കടലാസ്” എന്ന് വീട്ടുകാരികൾ ചോദിക്കുമെന്ന് അപ്പൻ പറയുമ്പോഴാണ് അപ്പന് ഒരുപേരുണ്ടെന്ന് ഓർക്കുന്നതുതന്നെ. അവന് അവന്റപ്പൻ തോട്ടിയാണ്. അതു കഴിഞ്ഞ് അപ്പനും. ദ്വേഷ്യം വന്നാൽ മാത്രം മക്കളെ ചീത്ത വിളിക്കുന്ന അപ്പൻ അവന് അത്ഭുതമായിരുന്നു. മറ്റു ചാളകളിലെപ്പോലെ തൊട്ടതിനും പിടിച്ചതിനും അപ്പൻ തല്ലിച്ചതയ്ക്കാറില്ല. തല്ലി ചതയ്ക്കാത്ത അപ്പനമ്മമാരുടെ കലമ്പലും ചാളയിലെ പട്ടിണിപോലും അവനുത്സവമായിരുന്നു. ആക്രിക്കച്ചവടവുമായി ഒതുങ്ങിയശേഷം പുറത്തുള്ളവരുമായി ഇടപഴകുമ്പോൾ തന്നെ ഇരുമ്പിന്റെ തുരുമ്പും പ്ലാസ്റ്റിക്കിന്റെ വാട്ടലും മണക്കുന്നുണ്ടോ എന്ന് വേലായുധൻ പലകുറി ചൂളിയിട്ടുണ്ട്. അപ്പോൾ പറയാൻ വന്ന വാക്കുകൾ തൊണ്ടയിൽ കുരുങ്ങും. ആദ്യം തീട്ടമണം. പിന്നെ ആക്രി. ചൂളിച്ചൂളി ജീവിതംതന്നെ ഒരു ആക്രിപോലെ ചൂളിയൊതുങ്ങുകയാണ്.

തന്റെ ആരൂഢം നിന്നിരുന്ന സ്ഥലത്തേക്കുള്ള നടത്തയിൽ വേലായുധൻ മീഞ്ചിറ തോടിന്റെ അവശിഷ്ടങ്ങൾക്കായി പരതിനോക്കി. തോട് തൂർന്ന മണ്ണിനും മത്സ്യമാംസാദികളുടെ അവശിഷ്ടങ്ങൾക്കും ഇടയിൽ ഒരു പ്രലോഭനം പോലെ പൂണ്ടുകിടന്ന ആക്രിസാധനങ്ങൾ എടുക്കാൻ എന്തോ കൈ പൊങ്ങിയില്ല. നാടുനീളെ അവ പെറുക്കിയെടുത്ത കൈകളാണ് ദിക്കുകൾ ചതിക്കാത്തതുകൊണ്ടു മാത്രം ആക്രിപോലെ ഉരുമ്മിക്കിടന്ന ആശുപത്രിക്കും കടകൾക്കും മനുഷ്യർക്കും വാഹനങ്ങൾക്കുമിടയിലൂടെ എങ്ങനെയോ അവിടെ എത്തിപ്പെട്ടു. പല വീടുകളടങ്ങിയ എടുപ്പാണെന്നറിയാം. ഇത്രയും പ്രതീക്ഷിച്ചില്ല.

പെട്ടെന്ന് തന്നെ തട്ടീം മണക്കുന്നുണ്ടോ എന്നോർത്ത് വേലായുധൻ ചൂളി. പണ്ടത്തെ തോട്ടികോളനിയായ ഇവിടുത്തെ കാറ്റിൽ തീട്ടമ

ണമുണ്ട്. മുഖാമുഖം നില്ക്കുന്ന രണ്ടു വലിയ കെട്ടിടങ്ങളിൽ വലുതിന്റെ ഇടതുവശത്തായിരുന്നു തന്റെ ചാള. ശൂന്യതയിൽ നിന്നെവിടെനിന്നോ വേലായുധന്റെ കൈയിൽ പഴയ ഒരു സൈക്കിളിന്റെ തൊലിയടർന്ന, റബ്ബർ ചക്രം വന്നുവീണു. കോളനിയുടെ ഒത്ത നടുക്കുനിന്നിരുന്നു വലിയ പുളിമരത്തിന്റെ ബലമുള്ള പുളിവാറാണ് വലതുകൈയിൽ. മനസ്സിനോടൊപ്പം കൈകാലുകളിളകുന്നു. ചാളകൾക്കുചുറ്റും സൈക്കിൾ ചക്രം കറങ്ങി. ഇടംകൈകൊണ്ട് നിക്കറിന്റെ വള്ളിപൊട്ടിയ ഭാഗം പിടിച്ചുയർത്തി അവൻ തിമിർത്തോടുകയാണ്.

"ട്രൂ ഡ്രീംസ്" അപ്പാർട്ട്മെന്റിന്റെ ഗേറ്റിലെ കാവല്ക്കാരൻ ഗേറ്റിനു പുറത്ത് വിഡ്ഢിയെപ്പോലെ കുന്തിച്ചുനില്ക്കുന്ന മനുഷ്യനെ അവജ്ഞയോടെ നോക്കി മുരണ്ടു "എന്താടോ നോക്കി നിക്ക്ന്നേ....."

"സാറേ..... അത് .... ഞാൻ......"

അപ്പോഴാണ് വേലായുധൻ ആ രംഗം കണ്ടത്. കെട്ടിടത്തിന്റെ ഏറ്റവും മുകളിൽനിന്ന് പാറി കാറ്റിൽ ദിശതെറ്റി, തുടരെ വെള്ളത്തുള്ളികൾ മുറ്റത്ത് വന്ന് വീഴുന്നു. ഈ മുറ്റത്താണ് ആ വലിയ പുളിമരം നിന്നിരുന്നത്. പതിനെട്ടാം നിലയിലെ സ്വിമ്മിങ് പൂളിൽ കുളിക്കുന്ന കുട്ടികളെ ശാസിച്ച് എട്ട് സി യിലെ അനുപമ അശോകനും എട്ട് ഡി യിലെ ഗായത്രി സജീവനും വിളിച്ച് കൂവുകയാണ്.

"ഐ ടോൾഡ് യൂ ആൾ. ഈഫ് യൂ ഡോൺട് ബിഹേവ് യുവർ സെൽവ്സ് ഇൻദ പൂൾ...... നാളെ സ്വിമ്മിങ്ങിന് വിടില്ല. തീർച്ചയാണ്. വെക്കേഷനാണൊന്നും ഞങ്ങൾ നോക്കില്ല."

മുകളിൽനിന്ന് കുട്ടികൾ തെറിപ്പിച്ച ഈ വെള്ളംപോലെയാണ് പുളിമരത്തിൽനിന്ന് ഇലകളടർന്ന് മുറ്റത്ത് വീഴാറുള്ളത്. പഴുത്ത് നിലത്തുവീണ് തോടടർന്ന പുളിയുടെ ദശ, അപ്പൻ കോരുന്ന മലത്തിലെ കൃമികൾ പോലെ കോളനിയിൽ പുളയ്ക്കുന്ന കുട്ടികളെ ആകർഷിക്കും. അതിന് ജീവിതത്തിന്റെ പുളിരസമല്ല, ബാല്യത്തിന്റെ മധുരമായിരുന്നു. ചെറുകാറ്റിൽപ്പോലും ഇളം മഞ്ഞയിലകൾ കൊഴിച്ച് നിലമാകെ പുതപ്പിച്ച് കോളനി മണ്ണിനെ സംരക്ഷിക്കാനെന്നപോലെ ആ പുളിമരം ചില്ലകൾ വിടർത്തി അടയിരിക്കും. ആണുങ്ങൾ തീട്ടം കോരുന്നതിനേക്കാൾ മുറുമുറുപ്പോടെയാണ് പെണ്ണുങ്ങൾ ചൂലുമായി നിലമടിച്ചുവാരാൻ എത്തുക.

മുമ്പിൽ അടഞ്ഞു കിടന്ന ഗേറ്റ് ക്ഷോഭത്തോടെ കിലുക്കി കാവല്ക്കാരൻ അക്ഷമനായി. "കൊറേ നേരായല്ലോ, നിക്ക്ന്ന്. നിനക്കെന്താ വേണ്ടത്?"

ആക്രിയുടേയും തീട്ടത്തിന്റേയും മണം കൊണ്ടല്ല, സന്തോഷത്താൽ, മനസ്സിൽ വിടർന്ന പ്രതീക്ഷയാൽ, വേലായുധൻ ചൂളി. വാക്കുകൾ

തൊണ്ടയിൽ കുരുങ്ങി.

"സാറേ, ഞാൻ......... അത്......"

"എന്താ വേണ്ടേച്ചാൽ വേഗം പറ. കൊറേ നേരായല്ലോ നിന്ന് പര്ങ്ങ്ന്ന് "

"അത്...... എന്റപ്പൻ പറഞ്ഞയച്ചിറ്റാ."

"ഇവ്ടെ നിന്ന് പര്ങ്ങാനോ?"

"അല്ല സാറേ...... ഞാൻ...... ഇത് ഞാളെ സ്ഥലാരുന്നു സാറേ....."

"അതിന്? നല്ല വെലകൊട്ത്ത് വാങ്ങീട്ട്ണ്ടാവും ഇതിന്റെ മൊതലാളി?"

"ഞാളെ സ്ഥലോല്ലാരിക്കും..... പക്കെ ഞാള് ഈട്യാ പാർത്തെ" തോട്ടികൾ മാത്രം പാർത്തിരുന്ന ഈ സ്ഥലം തോട്ടികളുടേതല്ലെങ്കിൽ പിന്നെ ആരുടേതാണ്? വേലായുധൻ വളർന്നപ്പോൾ സ്വയം ചോദിച്ച ചോദ്യം. അപ്പനോട് ചോദിച്ചാൽ, താൻ ഈ ഭൂമിയിൽ ഇതാദ്യമാണെന്ന മട്ടിൽ കൈ മലർത്തും.

"അതിന്?"

"അപ്പന് സുകോല്ല സാറെ, കെടപ്പിലാ."

"അതിന്, ഇവ്ട ഫ്ളാറ്റിക്കൊണ്ട് കെടത്തണോ?"

സഹികെടാൻ തുടങ്ങിയ പാറാവുകാരൻ ഉച്ചത്തിൽ ഒരു പരിഹാസച്ചിരി ചിരിച്ചു. അത് വേലായുധന്റെ ചങ്കിൽ കൊണ്ടു. അപ്പൻ മലം ചുമന്ന കാലം ഇതുപോലെ ഒരു പാട് അനുഭവിച്ചതാണ്.

"സാറെ..... അപ്പന്റെ നല്ലകാലം മുയ്മനും ഞാള് ഈട്യാ പാർത്തെ, ഇപ്പൊകൊറച്ച് ദൂര്യാ."

"പുരാണം കേക്കാൻ നേരൂല്ലടോ. എന്താന്ന്ച്ചാൽ വേഗം പറ. ഇല്ലെങ്കീ വേഗം സ്ഥലം വിട്."

"അപ്പനെനി അതികം കാലൂല്ല. മരിക്ക്ന്നേന് മുമ്പേ ഒര് പൂതി. അപ്പന്റെ മണ്ണായ ഈട്ന്ന് ഒര് പിടി മണ്ണ് അപ്പന്റെ തലക്കുന്ന് വെക്കണം. ജീവൻ പോമ്പോ അയിനെ മണക്കാൻ. അയിനെ അറിയാൻ. ഒര്പിടി മണ്ണ് ഞാനെട്ത്തോട്ടെ സാറേ?"

കാവല്ക്കാരന് ചിരി അടക്കാൻ പറ്റിയില്ല. കോപത്തിന്റെ കനൽ പൂഴ്ത്തിയ ചിരിയോടെ അയാൾ പറഞ്ഞു.

"ഇതെന്താ, ഗംഗേലെ വെള്ളാന്ന്യാ?"

"ഞാൻ പ്ലാസ്റ്റിക്ക് കവറ് കൊണ്ടന്നിറ്റ്ണ്ട്. അതാ, സിമന്റിടാത്ത പറമ്പിന്റെ വയ്യിലെ ഭാഗത്ത്ന്ന്, ഒര്പിടി മണ്ണ്ന്നെ ബാരാൻ ബിടണം സാറെ. ഞാളെ ചാള നിന്ന സലാ....."

ചിരി നിർത്തി, ഗൗരവത്തിൽ, കാവല്ക്കാരൻ ചോദിച്ചു.

" ആ മണ്ണ് കിട്ടീല്ലെങ്കില്?"

"അപ്പൻ ചാവും. അല്ലെങ്കിലും ചാവും സാറെ. പക്കെ, ഇത് കിട്ട്യാല്...... അപ്പന്റെ അവസാനത്തെ ആശ തീർന്നൂന്ന് പറയാം........"

" ഇനീം ആശ ബാക്കീണ്ടെങ്കിലോ? ഈ ഫ്ളാറ്റിലെങ്ങാനും താമസിക്കണംന്നോറ്റെ പറഞ്ഞുകളഞ്ഞാലോ?"

വേലായുധന്റെ ഇതുവരെയുണ്ടായ പ്രതീക്ഷ വറ്റി. മുഖം ഇരുണ്ടു. അയാൾ കെഞ്ചി.

"അങ്ങനെ പറേല്ലെ സാറെ. ഒര് പിടി മണ്ണ്. അതല്ലേ ഞാൻ ചോയ്ച്ചുള്ളൂ."

കാവല്ക്കാരൻ ക്രൂദ്ധനായി വേലായുധനെ നോക്കി.

" എനക്ക് ഈട താമസിക്ക്ന്ന ഒരാളെ അറ്യാം സാറെ."

പെട്ടെന്നാണ് അവന് ആ യുക്തി തോന്നിയത്. അപ്പൻ കക്കൂസ് വൃത്തിയാക്കിയിരുന്ന വീട്ടിലെ പോറ്റി മാഷുടെ മകൾ സാവിത്രി. സ്നേഹത്തോടും അലിവോടും തങ്ങളോട് പെരുമാറിയ ഒരു കുടുംബം. അപ്പന്റെ കൂടെ ജോലി ചെയ്ത ഒരാൾ വയ്യായ്കയിലും തേടിപ്പിടിച്ച് ചെന്നപ്പോൾ അവർ അപ്പനെപ്പറ്റിയും അന്വേഷിച്ചുവത്രെ. സാവിത്രിയുടെ തുടുത്ത മുഖവും വീട്ടുപറമ്പിലെ കക്കൂസിനു പിന്നിലെ തഴച്ച തക്കാളിച്ചെടിയിലെ ചുമന്ന് കൊഴുത്ത തക്കാളികളും മാനത്തെ ഒത്ത നിലാവും മനസ്സിലേക്ക് ഒപ്പമാണ് കടന്നുവരിക. മലന്നൊട്ടി നിറഞ്ഞൊഴുകുന്ന പറമ്പിന്റെ താഴ്ന്ന തട്ടിലെ ചെടിയിലെ ആരും പറിക്കാത്ത വിളഞ്ഞ തക്കാളികൾ അപ്പനാണ് ആ വീട്ടുകാർക്ക് ദാനം ചെയ്യുക. അങ്ങാടിയിൽ കാണാത്ത ആ പഴവും, ആരും നടാതെ പടുമുളയായി പുഷ്ടിയിൽ വളർന്ന ചെടിയും അവന് അത്ഭുതമായിരുന്നു. സന്ധ്യ കഴിഞ്ഞ് കോളനിക്ക് ദൂകെ മൈതാനത്തിന് മുകളിൽ നിറഞ്ഞ നിലാവ് തുളുമ്പുമ്പോൾ വേലായുധൻ സാവിത്രിയുടെ മുഖം ഓർക്കും. തന്റെ ജന്മം ആകാശത്തേക്ക് പറിച്ചുനട്ടതായി തോന്നും.

അപ്പോൾ.

"ഓര് സാവിത്രീന്ന് പറഞ്ഞവരാ സാറെ."

"ഫ്ളാറ്റ് നമ്പറര്യോ? ഭർത്താവിന്റെ പേര്? വിസിറ്റർ അവര്ടെ ആരാണാവോ?"

വേലായുധൻ കൈ മലർത്തി.

"ഇനി ഒരു നിമിഷം പാഴാക്കരുത്." ഗേറ്റല്പം തുറന്ന്, പുറത്തേക്ക് കൈയോങ്ങി കാവല്ക്കാരൻ ആക്രോശിച്ചു.

"വേം സ്ഥലം വിട്ടോ....... വീട് നമ്പറില്ല, പേരറീല്ല. നിന്നെ ഞാനെങ്ങിനെ വിശ്വസിക്കും? വല്ലതും പറ്റിയാ ഞാനാ സമാധാനം പറയേണ്ടത്."

മാന്ദ്യമുള്ള ഈ ജോലിക്കിടയിൽ വീണുകിട്ടിയ ഒരു സന്ദർഭം, വൈദ്യുതിപോലെ ഒരാവേശം അയാളുടെ ദേഹത്തിലൂടെ പായിച്ചു.

ഉള്ളിക്കുപോലും പൊൻവിലയുള്ള ഈ കാലത്ത്, ഒരു സാദാ പട്ടാളക്കാരന്റെ പെൻഷനും കണ്ടവന്റെ കെട്ടിടത്തിനു മുന്നിൽ കവാത്തു നടത്തി കിട്ടുന്ന തുച്ഛമായ ശമ്പളവും ചേർത്ത് വലിയൊരു കുടുംബം നടത്തിക്കൊണ്ടുപോകേണ്ട പെടാപ്പാട് അയാൾ മറന്നു. മനുഷ്യൻ അങ്ങനെയാണ്. നീണ്ട ജീവിതത്തിനിടയിൽ, ഏതാനും മണിക്കൂറുകൾ, ചിലപ്പോൾ ഒരു നിമിഷം മാത്രമാവാം തന്റേതുമാത്രമായി ഒരു ഭാഗ്യക്കുറിപോലെ കൈയിൽ വന്നു വീഴുന്നത്. അപ്പോൾ അതുവരെയുള്ള ജീവിതം മറക്കുന്നു. ആ സമയം, സന്ദർഭം, ഒരു മാളമാക്കി സ്വയം അതിലേക്ക് വലിയുന്നു. ഇനിയൊരിക്കലും പുറത്തു വരില്ലെന്നും യാഥാർത്ഥ്യത്തെ മുഖാമുഖം കാണില്ലെന്നുമുള്ള മിഥ്യാ വിശ്വസിപ്പിക്കലോടെ.

രാജ്യം പിടിച്ചടക്കിയ ഒരു സേനാനിയെപ്പോലെ, പണ്ടത്തെ തോട്ടി കോളനിയുടെ അതിർത്തിവരെയെത്തുന്ന ഒരു നോട്ടം കടക്കണ്ണിലൂടെ എറിഞ്ഞ് അയാൾ വടിചുഴറ്റി. രണ്ടു ചുവട് പിന്നോട്ടും, മൂന്നെണ്ണം മുന്നോട്ടുമെടുത്ത് ചാടി.

“വേം സ്ഥലം വിട്ടോ. ഇല്ലേങ്കിൽ ഞാൻ ഇപ്പം പൊലീസിനെ വിളിക്കും”

വേലായുധൻ രണ്ടടി പുറകോട്ടു വെച്ചു. അതിവേഗം പാഞ്ഞു നിർത്തിയ, കടും ചുമപ്പിൽ മിന്നുന്ന ഒരു പുത്തൻ കാറിനുമേൽ ഇടിച്ചില്ല, എന്നുമാത്രം. കാറിന്റെ ചില്ല് താഴ്ത്തി, കറുത്ത കണ്ണട ധരിച്ച് കാറോടിച്ചയാൾ അവനു നേരെ ചീറി.

“മോത്ത് കണ്ണില്ലേ, വല്ലതും പറ്റിയാ, എപ്പഴും കുറ്റം കാറുകാർക്കാ.”

കാവല്ക്കാരൻ ധൃതിയിൽ ഗേറ്റ് തുറന്നുപിടിച്ചു. കാണാൻ കൊതിച്ചിരുന്ന ഒരിനം കാറാണ് മുന്നിൽ. ബ്രീക് റെഡ് നിറത്തിലുള്ള മെർസിഡൈസ്ഡ് ബെൻസ്. അയാളുടെ കണ്ണുകൾ തള്ളി. വാഹനങ്ങളെന്നു വെച്ചാൽ അയാൾക്ക് ജീവനാണ്.

“ആരെയാണ് സാർ, കാണേണ്ടത്?”

കാറ് സന്ദർശകരുടെ കാർ പാർക്കിലേക്ക് നയിച്ച് അയാൾ ഭവ്യതയോടെ ചോദിച്ചു. ഫ്ളാറ്റിലെ താമസക്കാരുടെ കാറുകൾ പാർക്ക് ചെയ്യാനുള്ള രണ്ടാം നിലയിലേക്ക് നോക്കി അയാൾ അലോചിച്ചു. ഇതിൽ ഏതു കാറിന്റെ ഉടമയെയാവും ഇപ്പോൾ വന്ന സാറിന് കാണേണ്ടത്? എല്ലാം വില പിടിച്ച പുത്തൻ മോഡലുകളാണ്. ബാന്ധവം നടത്തിക്കൊടുക്കുന്ന ഒരു ദല്ലാളിനെപ്പോലെ അയാളുടെ ചുണ്ടത്ത് ഒരു കുസൃതിച്ചിരി വിരിഞ്ഞു. മെർസിഡൈസ്ഡ് ബെൻസിന്റെ കത്തുന്ന നിറവും, കുലീനത്വവും ചേർന്ന് മനസ്സിൽ അമിട്ട് പൊട്ടിക്കുന്നു. ഒരു അരയന്നത്തെപ്പോലെ തുഴയാൻ കഴിയാതെ, കുണ്ടും കുഴിയും നിറഞ്ഞ നിരത്തിൽ പിടഞ്ഞ് അത് നിരങ്ങുന്നതോർത്തപ്പോൾ അയാൾ ശരിക്കും അരിശപ്പെട്ടു.

“സാർ, ആരെ കാണണമെന്നു പറഞ്ഞില്ല” കാറിൽനിന്ന് കണ്ണുകളെടുത്ത് അയാൾ ഉടമയുടെ മുന്നിൽ വിധേയനായി.

“ഫ്ളാറ്റ് നമ്പർ......” ആഗതൻ ഒരു നിമിഷം ആലോചിച്ച് കീശയിൽ തപ്പി. “ഓ, അഡ്രസ്സ് എടുക്കാൻ മറന്നൂന്നാ തോന്ന്ന്നെ...... ഒരു മിസ്റ്റർ ..... ഹോ.... പേരും നാവിൻ തുമ്പത്ത് വര്ന്നില്ലല്ലോ. ദുബായീന്ന് ഒരു ഫ്രണ്ട് ഒര് സാധനം കൊട്ക്കാൻ ഏല്പിച്ചതാ”

“സാറ് ദുബായീന്നാ?....”

ആഗതൻ തലകുലുക്കി.

“സാരോല്ല സാർ, സാറ് കേറിക്കോ. റിസപ്ഷന് തൊട്ട്, താമസിക്ക്ന്നവര്ടെ പേരും ഫ്ളാറ്റ് നമ്പറും എഴ്തിയ ബോർഡുണ്ട്. നോക്കിയാ സാറിന് പിടികിട്ടും. ഇവിടെ റജിസ്ട്രറിൽ ഒപ്പിടണം സാർ. മടക്കത്തിൽ ഒപ്പിട്ടാ മതി. സാരൂല്ല.”

കാവല്ക്കാരന് ആഗതനെ ഒഴിവാക്കാൻ തിടുക്കം തോന്നി. ഒരു സ്വപ്നം വന്ന് മനസ്സിൽ മുട്ടുന്നു. ദുബായ്യുടെ കണ്ണാടിപോലുള്ള നിരത്തുകളിലൂടെ ചീറിപ്പായുന്ന പലതരം കാറുകളെ ട്രൂഡ്രീംസ് എന്ന കെട്ടിടത്തിന്റെ പാറാവു സ്ഥാനത്തു നിന്ന ആ നില്പിൽ അയാൾ സങ്കല്പിച്ചു. ആഗോളമാന്ദ്യം, ദുബായ് മാന്ദ്യം എന്നൊക്കെ പറഞ്ഞാലും നിരത്തിലോടുന്ന കാറുകൾക്ക് ഒരു കുറവും വരില്ലെന്ന് അയാൾക്കുറപ്പുണ്ട്.

ഇവിടെയുമുണ്ട് പല കോണുകളിൽ പൃഷ്ഠം ചെത്തിയെടുത്ത കാറുകൾ. മുഴുവൻ പൃഷ്ഠമുള്ള പണ്ടത്തെ ഇനങ്ങളേക്കാൾ ഹരം പുത്തൻ നിരതന്നെ. പട്ടാളത്തിലെ ട്രക്കുകളും ജീപ്പുകളും കാണാൻ കൊള്ളില്ലെങ്കിലും ഓരോന്നിന്റേയും സ്റ്റാർട്ടിങ്ങിലുള്ള മുരളിച്ചയും നിരത്തിലിറങ്ങുമ്പോഴുള്ള പ്രത്യേക ഈണങ്ങളും അയാളുടെ നെഞ്ഞിടിപ്പിന് വേഗത കൂട്ടും. വാഹനങ്ങളിലുള്ള കമ്പമാണ് അയാളെ പട്ടാളജീവിതത്തിൽ പിടിച്ചു നിർത്തിയത്. ഇവിടെ കാർപാർക്കിലേയും സന്ദർശകരുടേയും മുന്തിയ കാറുകളിൽ കണ്ണും മനസ്സും നട്ടാണ് ഈ അറുബോറൻ ജോലിക്ക് ജീവൻ വെപ്പിക്കുന്നത്. പിൻഭാഗം തീരെ ഇല്ലാത്ത വലിയ ഇന്നോവയിലും ബൊളെറോവിലും ഒരു കുടുംബം മുഴുവൻ വാരിവലിച്ച് സഞ്ചരിക്കുന്ന കാഴ്ച അയാൾക്ക് തീരെ ഇഷ്ടമല്ല. സഞ്ചാരത്തിന്റെ പ്രൗഢിക്ക്, ഒതുങ്ങിയ കാർ. ഒതുങ്ങിയ കുടുംബം.

ആട്ടിയോടിക്കപ്പെട്ട ഭിക്ഷക്കാരന്റെ മനോവ്യഥയോടെ വേലായുധൻ തിരിച്ച് അതിദൂരം പിന്നിട്ടിരുന്നു. പടുവൃദ്ധനായ, മരിക്കാൻ കിടക്കുന്ന അപ്പന്റെ ഓർമ്മകൾ അവൻ മനഃപൂർവ്വം വിട്ടു. കോളേജിലെത്തിയ, പഠിക്കാൻ ബഹുമിടുക്കരായ തന്റെ രണ്ട് പേരക്കുട്ടികളെക്കുറിച്ചോർത്തു.

കാവല്ക്കാരൻ സ്വപ്നത്തിന്റെ ലഹരിയിൽത്തന്നെയായിരുന്നു. എങ്കിലും രണ്ടാം നിലയിലെ കാർ പാർക്കിൽ നിന്നുവന്ന വലിയ

സ്ഫോടന ശബ്ദം അയാളെ നടുക്കി. സ്വപ്നം മുറിഞ്ഞു. ഉടലാകെ നിറഞ്ഞ നടുക്കത്തിലും അയാൾ ദുബായിൽനിന്നു വന്ന സന്ദർശകനെ ഓർത്തു. അയാളുടെ സന്ദർശന വിവരം അടയാളപ്പെടുത്തിയില്ലല്ലോ എന്ന ചിന്തയും വെപ്രാളവും അയാൾ പൂർത്തിയാക്കിയില്ല.

അഗ്നിയും ശബ്ദങ്ങളും എല്ലാം വിഴുങ്ങുകയായിരുന്നു.

ഴ് സ്യുലാ

ഞാൻ ഇവിടെയുണ്ട്. ഇവിടെയോ? ഇവിടെയെന്നുവച്ചാൽ അതെവിടെയാണ്? ഇതാ ഇവിടെത്തന്നെ. ഇവിടെത്തന്നെയെന്നു വച്ചാൽ അതെവിടെയുമാകാം. എല്ലായിടത്തും. പ്രപഞ്ചത്തിലൊരിടത്ത്. ഏതെങ്കിലുമൊരു കോണിൽ. സൂചി കുത്താനിടയുള്ള ഓരോയിടത്തും.

വിമാനം അല്പമൊന്ന് ചെരിഞ്ഞു. നന്നായി കിടുങ്ങി. നിമിഷങ്ങളോളം കിടുക്കം നിലനിന്നു. കോക്പിറ്റിൽനിന്ന് പൈലറ്റിന്റെ സാന്ത്വന സ്വരം ഒഴുകിയെത്തി. "പേടിക്കാനൊന്നുമില്ല. ഈടെർബുലൻസ് നിമിഷങ്ങൾക്കുള്ളിൽ ശാന്തമാകും. അവിചാരിതമായി മേഘക്കൂട്ടങ്ങൾ നീങ്ങിയതാണ് കാരണം. എല്ലാവരും സീറ്റ് ബെൽട്ട് മുറുക്കി ഇരിക്കാൻ അപേക്ഷിക്കുന്നു."

ഊർമ്മിള ബെൽട്ടിന്റെ നീളം ക്രമീകരിച്ച് അറ്റത്തെ സ്റ്റീൽ കൊളുത്തിലിടാൻ ശ്രമിച്ചപ്പോൾ നന്ദൻ മാസ്റ്ററുടെ കൈ സഹായത്തിനായി നീണ്ടുവന്നു. ആ വിരലുകളുടെ നീളവും ഭംഗിയും ആസ്വദിച്ച് അവരോർത്തു. ഇവയിലെ വിദ്യ മുഴുക്കെ ഊറ്റിയെടുത്തിരിക്കുന്നത് അഞ്ചു പേരക്കുട്ടികളും കൂടെയാണല്ലോ.

ഒരു മുഴുസമയ ചിത്രകാരനാണ് നന്ദൻ മാസ്റ്റർ. ഊർമ്മിള ചിത്രം വരയുടെ മുഴുത്ത ആരാധികയും.

കലിയടങ്ങിയ വിമാനം ശാന്തമായി പറക്കാൻ തുടങ്ങി. ഊർമ്മിള വിൻഡോ സീറ്റിലെ കുഞ്ഞുജനാലയുടെ ഷട്ടർ ഉയർത്തി. തിളയ്ക്കുന്ന വെയിലിന് പാടയിട്ട കട്ടിച്ചില്ലിലൂടെ പുറത്തേക്കു നോക്കി. വിമാനത്തോടൊപ്പം മേഞ്ഞുനീങ്ങുന്ന മേഘങ്ങൾക്കിടയിലെ ആഴത്തെപ്പറ്റി അവ

രോർത്തില്ല. ഒരു വീഴ്ചയിൽ താങ്ങാൻ മേഘക്കിടക്കയുണ്ടെന്നു ഭാവന ധൈര്യം പകർന്നതാവാം. ഉയരങ്ങളും ആഴങ്ങളും മനസ്സിനെ കിടുക്കാറുള്ളതാണ്.

കോഴിക്കോട്ടെ തിളയ്ക്കുന്ന പത്തരമണിയാകാശത്തിൽനിന്ന് പറന്നുയർന്ന എമിറേറ്റ്സിന്റെ വിമാനത്തിലെ സാധാരണക്കാരുടെ സീറ്റായ ഇക്കോണമി ക്ലാസിൽ നാട്ടിലെ ലക്ഷ്വറി ബസിനേക്കാൾ ഞെരുക്കമുള്ള സീറ്റിൽ ഒതുങ്ങിയിരുന്നപ്പോൾ ഊർമ്മിള സ്വന്തം ശരീരത്തിന്റെ വേദനകളെപ്പറ്റി മറന്നു. കുട്ടികളുടെ കൂടെ താമസിക്കാൻ പോകുന്ന ഒരു മാസക്കാലം പേരക്കുട്ടികളോടൊപ്പം അടിച്ചുപൊളിക്കണമെന്നവർ തീരുമാനിച്ചു.

വെളുത്ത് കൊലുന്നനെ, കൃത്യമായ അളവിൽ ചിരിക്കുകയും നീങ്ങുകയും ചെയ്യുന്ന, ചരിഞ്ഞ ചുവന്നതൊപ്പിയും ചുറ്റി ഒതുക്കിയ സ്കാർഫും ധരിച്ച സുന്ദരി നീട്ടിക്കൊടുത്ത ആപ്പിൾ ജ്യൂസ് മൊത്തിക്കൊണ്ട് നന്ദൻ മാസ്റ്ററുടെ സഹായത്താൽ സീറ്റ് പിന്നാക്കം വലിച്ച് അതിലേക്ക് ചാരി. ആകാശസുന്ദരികൾ ലഞ്ച് വിളമ്പാനുള്ള ഒരുക്കത്തിൽ ട്രോളിയിലെ ട്രേകൾ വലിച്ചെടുക്കുന്നതിന്റെ ശബ്ദം ഭക്ഷണത്തിന്റെ രൂക്ഷഗന്ധത്തോടൊപ്പമിരമ്പി.

മൂന്നര മണിക്കൂറുകൾകൊണ്ട് വിമാനം ദുബായിയുടെ അന്തസ്സായ എക്സിറ്റ് നമ്പർ മൂന്നിൽ ചേക്കേറി. കവാടത്തിൽ മുൻകൂട്ടി ആവശ്യപ്പെട്ട പ്രകാരം ചക്രക്കസാലയുമായി കാത്തുനിന്ന കറുത്ത് ചുരുണ്ട് പറ്റിയ മുടിയുള്ള ചെറുപ്പക്കാരൻ ഉച്ചത്തിൽ പേര് വിളിച്ചു പറയുന്നത് കേട്ടു. “മിസിസ്സ് ഊർമിലാ .... നന്ദൻ....”

കുറുക്കു വഴികളിലൂടെ കസാലയിൽ നീങ്ങിയപ്പോൾ അവിടുത്തെ പലതരക്കാരുടെ ഒഴുക്കിൽ ജീവിതം പ്രാരാബ്ധങ്ങൾ മറന്ന് അലിഞ്ഞെങ്കിൽ എന്നവർ ആശിച്ചു. അത്ഭുതങ്ങൾ തീർക്കുന്ന ലോകങ്ങൾ അങ്ങനെയാണ്. സ്വന്തം പ്രാരാബ്ധങ്ങൾ മറന്ന് അതിലലിഞ്ഞെങ്കിൽ എന്ന് ചിലപ്പോഴെങ്കിലും ഏത് മനുഷ്യനും ആഗ്രഹിച്ചുപോകും.

കസാലയുരുട്ടിയ ആൾ വാതോരാതെ സംസാരിച്ചുകൊണ്ടിരുന്നു. “യൂ നോ അബർ നെൽസൺ മണ്ടേല ലൈക്ക് യുബർ ഗാന്ധി”

“ഇങ്ങനെ ഒരു മണ്ടേലയും ഗാന്ധിജിയും പൊതുസ്വത്തായുള്ളത് ഭാഗ്യം. എന്തെങ്കിലും മിണ്ടിപ്പറയാനായല്ലോ. നിനക്ക് വാതമുള്ളത് അതിലേറെ ഭാഗ്യം. കുറുക്കു വഴിയിലൂടെ എനക്കും പുറത്ത് കടക്കാല്ലോ.” മാഷ് കസാലയുടെ കൈയിൽ തട്ടിക്കൊണ്ട് പറഞ്ഞു.

നാട്ടിലെ ഇരിപ്പുമുറിയോളം വരുന്ന എലവേറ്റർ. എയർപോർട്ടിനകത്തെ നീണ്ട ദൂരം താണ്ടാൻ ഉള്ളിലെ മെട്രോ ട്രെയിൻ. ചക്രക്കസേല ഒന്നിൽനിന്ന് മറ്റൊന്നിലേക്ക് കൃത്യമായി ഉരുണ്ടുകയറി. പാസ്പോർട്ട്

ചെക്കിങ്, കണ്ണിന്റെ സ്കാനിങ്, എമിഗ്രേഷൻ ക്ലിയറൻസ്, പെട്ടി സാമാനങ്ങളെത്തിക്കുന്ന ചുറ്റുബെൽട്ടിൽനിന്ന് സ്വന്തം സാധനങ്ങളെടുത്ത് ട്രോളിയിൽ വെക്കുന്നതടക്കം ഒരു മണിക്കൂറേ എടുത്തുള്ളൂ പുറത്തേക്കുള്ള കവാടത്തിലെത്താൻ.

നാട്ടിലെ തിക്കിത്തിരക്കിൽനിന്ന് വ്യത്യസ്തമായി എത്ര കൃത്യതയോടെയാണ് ഇവിടെ പുറത്തെ കാറുകളുടെ മഹാപ്രളയത്തിൽനിന്ന് കാറുകൾ വളവുകളിലൂടെയും പാതകളിലൂടെയും ഒഴുകിയെത്തുന്നത്. അച്ഛനമ്മമാരെ ഒരു വിടവിൽ നിർത്തി പ്രദീപ് ദൂരെയുള്ള കാർ കൊണ്ടുവന്ന് അതിൽ കയറ്റി മുന്നോട്ടെടുക്കുമ്പോഴേക്കും അടുത്ത ഊഴത്തിലുള്ള കാർ പിറകെ എത്തിയിരുന്നു.

ദുബായും ഷാർജയും, യു എ ഇ യിലെ ഏഴു ചെറുസ്റ്റേറ്റുകളിൽ രണ്ടെണ്ണം. അടിയിൽ മനുഷ്യരും വാഹനങ്ങളുമൊഴുകുന്ന ഒരു പാലത്തിന്റെ ഇരുവശങ്ങൾ. അപ്പുറം തിളക്കം കൂടിയ ദുബായ്. ഇപ്പുറം തിളക്കം കുറഞ്ഞ ഷാർജ. അപ്പുറം വാടകകൂടിയ ഫ്ളാറ്റുകൾ. ഇപ്പുറം അല്പം കുറഞ്ഞവ. അപ്പുറം തീർത്തും മാലിന്യ മുക്തമായ ദുബായ്. ഇപ്പുറം മാലിന്യം കോർപ്പറേഷനെ ഏല്പിച്ച് തിരികെ നിരത്തുന്ന വണ്ടികളിലെ അവശിഷ്ടങ്ങൾ നാറ്റം പരത്തുന്ന മുക്കുകളുള്ള ഷാർജ. അപ്പുറം പണക്കാരന്റെ. ഇപ്പുറം സാധാരണക്കാരന്റെ.

മാലിന്യവണ്ടിക്കരികിലൂടെ കടന്നുപോയപ്പോൾ അച്ഛൻ മൂക്കുപൊത്തുന്നതുകണ്ട് വന്നു പ്രദീപിന്റെ ആദ്യ തമാശ. "അച്ഛൻ കേരളത്ത്ന്ന് തന്നല്ലെ വര്ന്നത്. ഇവിടെ അത്രക്ക് നാറ്റൂണ്ടോ. നമ്മക്ക് എവ്ടപ്പോയാലും ഇതേ വിധിച്ചിറ്റുള്ളൂ."

മകനും ഭാര്യക്കും ജോലി ദുബായിലാണ്. പോകാൻ ഒട്ടും ബുദ്ധിമുട്ടില്ല, താമസസ്ഥലത്തുനിന്ന്.

വിമാനയാത്രയിലും, എയർപോർട്ടിലെ ടെർമിനൽ മുന്നിലും കണ്ട ഭ്രമിപ്പിക്കുന്ന ഫ്രെയിംവിട്ട് നന്ദൻ മാഷുടെയും ഊർമ്മിളയുടെയും ലോകം മകനും കുടുംബവും വീട്ടുജോലിക്കു വരുന്ന സൊപ്പന എന്ന ബംഗ്ലാദേശ് പെൺകുട്ടിയുമടങ്ങുന്ന ഒരു സാധാരണ ഫ്ളാറ്റിന്റെ ചെറിയ ഫ്രെയിമുമായി പെട്ടെന്നുതന്നെ ഇണങ്ങി. മാർച്ച് ആദ്യം മുതൽ ഏപ്രിൽ ആദ്യം വരെ നീളുന്ന ഒരു മാസത്തെ നോമ്പവധിക്ക് സ്കൂളടയ്ക്കും. ഓഫീസുകൾ ഉണ്ടുതാനും. കുട്ടികൾ മുഴുസമയം വീട്ടിലായതിനാൽ അവർക്കൊരു തുണയും തങ്ങളുടെ ആദ്യ ഗൾഫ് യാത്രയുമായാണ് ഈ പോക്ക്.

അവധിയിൽ വൈകി ഉണരുന്ന കുട്ടികളുമായി മാഷ് മുക്കിനുമുക്കിനുള്ള മലയാളികളുടെ കടകളിലോ ചെറിയ മാളുകളിലോ അലയും അവരുടെ ചിത്രം വരയ്ക്കുള്ള ചില്ലറ സാധനങ്ങളോ, പാനീയങ്ങളോ, മിഠായികളോ വാങ്ങിക്കൊടുക്കും. വൈകുന്നേരം അടുത്തുള്ള ചെറിയ

അൽനഥാപാർക്കുവരെ നടക്കും. പാർക്കിലെ പുൽത്തകിടികളിൽ കുട്ടികളെ കളിക്കാൻ വിട്ട് തിന്നും കുടിച്ചും സൊള്ളിയും നേരം പോകുന്ന പുരുഷാരത്തിനിടയിലെ ഒഴിഞ്ഞ സ്ഥലങ്ങളിൽ ശിവരാമൻ ഫുട്ബോൾ കളിക്കും. മീനാക്ഷി, അവധിയിൽ പാർക്കിൽനിന്ന് കണ്ടെടുത്ത കൂട്ടുകാരികൾക്കൊപ്പം പറഞ്ഞും ചിരിച്ചും പാഞ്ഞും കളിച്ചുല്ലസിക്കും. അവിടെ ആകെയുള്ള ഒരു മരത്തിലേക്ക് കയറാൻ സഹായിച്ച് നന്ദൻ മാഷ് ചില്ലകളിൽ തൂങ്ങിയും ചാടിയുമുള്ള അവരുടെ ഫോട്ടോകളെടുത്ത് ചിലപ്പോൾ ഫേസ്ബുക്കിലിടും. കളി സാധനങ്ങളിൽ കയറുമ്പോൾ പിടിച്ചും ഉന്തിക്കൊടുത്തും ഒരു കളിക്കൂട്ടുകാരനായി കൂടെ നില്ക്കും. സന്ധ്യക്ക് തിരിച്ചുവരാതെ പാർക്കടയ്ക്കുന്ന സമയമായ എട്ടുമണിവരെ അച്ചാച്ചനോട് വാദിച്ചും കെഞ്ചിയും പിടിച്ചു നില്ക്കാൻ കിട്ടുന്ന അവസരം കുറുമ്പന്മാർ പാഴാക്കാറില്ല.

ഒരു ദിവസം ഊർമ്മിളയും മെല്ലെ പാർക്കുവരെ നടന്നു. നിരത്തൊഴിവാക്കി മുഖാമുഖമുള്ള ബഹുനിലകെട്ടിടങ്ങൾക്കിടയിലെ ഊടുവഴിയിലൂടെ നടന്നപ്പോൾ ഒരു കെട്ടിടത്തിന്റെ താഴെ ഓരത്ത് വീതി കുറഞ്ഞ കോലായിൽ ഒരു ചെരുപ്പുകുത്തി ഇരിക്കുന്നത് അവർ കണ്ടു. പഞ്ഞിക്കെട്ടഴിഞ്ഞതുപോലെ ഒതുക്കമില്ലാത്ത നരച്ചതാടിയും മുഷിഞ്ഞു പിന്നിയ പൈജാമയും കുർത്തയും ധരിച്ച, കുഴിയിലെ കണ്ണുകളും തേഞ്ഞ പല്ലുകളുമുള്ള ഒരു പാകിസ്ഥാനി. അടുത്തെത്തിയപ്പോൾ അയാൾ സലാം വെച്ചു. വക്കുപൊട്ടിയിരുന്നില്ലെങ്കിലും ഒന്നിളകിയ ഒരു ചെരുപ്പ് മാഷ് അയാളുടെ മുന്നിലേക്ക് നീക്കി. ആ മനുഷ്യന്റെ ദൈന്യത അയാളുടെ കണ്ണുകളിൽ നിന്ന് താടിയിലൂടെ മാഷിന്റെ കാലുകളിൽ വന്നു വീണു. ലോലമായ വികാരം കാലടികളിൽനിന്ന് മനസ്സിലേക്കിറങ്ങി. പണി തീർന്നപ്പോൾ പത്ത് ദിർഹത്തിന്റെ ഒരു നോട്ടെടുത്ത് അയാൾക്കുനീട്ടി. ഏകദേശം 170 രൂപ. “നയീ സാബ്. യേ ജ്യാതാ ഹൈ” ഇത് അധികമാണ്. അയാൾ നോട്ട് തിരികെ നീട്ടി. മാഷ് മറ്റേ ചെരുപ്പുമെടുത്ത് അയാൾക്ക് മുന്നിലേക്കുവെച്ചു. പൊട്ടാത്ത, ഇളകാത്ത അതിൽ ചൂണ്ടി പറഞ്ഞു. “യേ ദീ. യേ ജൽ ദി ടൂട്ടേഗാ.” ഇതു കൂടെ. ഇത് വേഗം തന്നെ പൊട്ടും.

അമ്പരപ്പോടെ കൈകൾ മേലോട്ടുയർത്തി ആകാശത്തേക്ക് നോക്കിയശേഷം അയാൾ ചെരുപ്പുകൾ തൊട്ട് കണ്ണിൽ വെച്ചു.

“എന്റെ നല്ല അയൽക്കാരാ, നീ നിന്റെ തൊഴിലിനെയാണ് വണങ്ങുന്നത്. ഇന്ന് നീ പട്ടിണി കിടക്കരുത്.”

പൊട്ടാത്ത വക്കിലൂടെ അയാളുടെ കൈകൾ ധൃതിയിൽ ചലിച്ചു. മാഷ് ചെരുപ്പുകളിട്ട് തിരിഞ്ഞുനോക്കാതെ നടന്നു നീങ്ങി.

ആ വാരാന്ത അവധികളിൽ രണ്ടുപേരും മകനും കുടുംബത്തിനുമൊപ്പം മാളുകളിലും പാർക്കുകളിലും കറങ്ങി. പുറത്തുനിന്ന് ഭക്ഷണം

കഴിച്ചു. കാഴ്ച കണ്ടു. ഊർമ്മിളയെ തരപ്പെടുന്നിടത്തൊക്കെ ചക്രക്കസാലയിലിരുത്തി തള്ളാൻ കുട്ടികൾ മത്സരിച്ചു. ഊർമ്മിളയുടെ മനസ്സ് നിറഞ്ഞു. ഇവിടെ ഇവർ. നാട്ടിൽ മറ്റൊരു പേരമകനായ സമർ. നല്ല കാലത്തെ അമേരിക്കൻ യാത്ര കൂടാതെ ഇനിയൊന്ന് വേണ്ടിവന്നാൽ, അവിടെ മനീഷയും മീരയും. അടുത്ത തവണ ഊർമ്മിള ചെരിപ്പുകുത്തിയെ കണ്ടില്ല. പകരം മറ്റൊരു കാഴ്ച കണ്ടു. ഒരു കവലയിൽ, ഒരു ചുമരിന്റെ മറവിൽനിന്ന് ഒരു മദ്ധ്യവയസ്ക പ്രത്യക്ഷപ്പെട്ട് തങ്ങളുടെ നേരെ യാചനയ്ക്കായി കൈ നീട്ടുന്നു. അടുത്ത നിമിഷം പകപ്പോടെ ചുറ്റും നോക്കുന്നു. മുഷിഞ്ഞു കീറിയ ഒരു സാരി അവർ തലവഴി വലിച്ചിട്ടിരുന്നു. അത്ഭുതക്കാഴ്ചകളുടെ ഈ നാട്ടിൽ ഇരവലും മറ്റൊരത്ഭുതമോ? ചുറ്റും നോക്കി ആരുമില്ലെന്നുറപ്പു വരുത്തി മാഷ് പത്ത് ദിർഹത്തിന്റെ ഒരു നോട്ട് അവർക്കു നേരെ നീട്ടി.

പരക്കെ ഉയരുന്ന കെട്ടിടങ്ങൾക്കിടയിൽ മണൽ പുതച്ച ഇത്തിരി ഭൂമിക്കടിയിൽനിന്ന് പടുമുളയായി തലയുയർത്തുന്ന പച്ചപ്പിന്റെ നാമ്പുകളെ നോക്കി മാഷ് അത്ഭുതം കൂറി. ആരും നോക്കാതെ, നനയ്ക്കാതെ, അവ മണൽക്കാടിലെ സൂര്യനുനേരെ തലയുയർത്തി ചിരിച്ചുനിന്നു.

വയ്യായ്കകൊണ്ട് പിന്നെ ഊർമ്മിള പാർക്കിലേക്കു നടക്കാൻ പോയില്ല. അടുത്ത ദിവസങ്ങളിൽ ഭർത്താവിനോടന്വേഷിച്ചപ്പോൾ പറഞ്ഞു. രണ്ടു തവണ ആ പാകിസ്ഥാനിയെ വ്യത്യസ്തമായ ഊടുവഴികളിൽ കണ്ടെന്ന്. മാഷും വഴി മാറി പിടിച്ചതാണ്. പിന്നെ അയാളെ കണ്ടതേ ഇല്ല. അടുത്ത വെള്ളിയാഴ്ച ലീവായതിനാൽ എല്ലാവരും വീട്ടിലുണ്ടായിരുന്നു. പുറത്തെ കറക്കം വൈകുന്നേരത്തേക്കും പിറ്റേന്നത്തേക്കുമായി മാറ്റിവെച്ചിരുന്നു. അന്ന് സൊപനയുടെ അവധി ദിവസമാണ്. ഉച്ചയോടടുത്തപ്പോൾ ഒരു ഫോൺ വന്നു. അവളെ ഏർപ്പാടാക്കിത്തന്ന സ്ത്രീയാണ്. സൊപനയെ പൊലീസ് പിടിച്ചു. വിസ പുതുക്കാത്തതാണ് പ്രശ്നം. ഞായറാഴ്ച ആതിര ഓഫീസിൽനിന്ന് വരുമ്പോഴത്തേക്ക് പുതിയൊരു സ്ത്രീയേയും കൂട്ടി വരാമെന്ന് അവർ ഏറ്റു.

ഊർമ്മിള മൗനിയായി കിടപ്പുമുറിയിലേക്ക് നടന്നു. മൂന്നുകൊല്ലം കഴിയുന്നു. സൊപന ഈ കുടുംബത്തിന്റെ കൂടെ കൂടിയിട്ട്. ഉച്ചയ്ക്ക് ഒരു മണിയോടെ എത്തുന്ന അവൾ സ്വയം സൂക്ഷിക്കുന്ന താക്കോലിട്ട് വാതിൽ തുറന്ന്, ഷൂസുകൾ വെക്കുന്ന അലമാരയുടെ മുകളിൽ അവളുടെ ബുർക്ക അഴിച്ചുവെക്കും. അടുക്കളയിൽച്ചെന്ന് അരി അടുപ്പത്ത് വേകാനിടും. അലക്കു യന്ത്രത്തിൽ തുണികളിടും. തറ വൃത്തിയാക്കും. കിടക്ക വിരികൾ മാറ്റി വിരിക്കും. കുട്ടികളുടെ യൂണിഫോമും ഷൂസുകളും അടുക്കിവെക്കും. സാധനങ്ങൾ വാരിവലിച്ചിടുമ്പോൾ അവരെ “തൂ ഗന്ധാ ഹൈ, ബുരാഹൈ” എന്നൊക്കെ പറഞ്ഞ് സ്നേഹത്തിൽ ശാസി

ക്കും. രണ്ടര മണിക്ക് അവരെത്തുമ്പോഴേക്ക് ഊണു വച്ചിരിക്കും. രാവേത് വെളിച്ചമേത് എന്ന് തിരിയാത്ത തണുപ്പുകാലത്തുപോലും വെളുപ്പിന് ആറുമണിക്ക് സ്കൂൾ വണ്ടിക്കുവേണ്ടി ഫ്ളാറ്റിന് താഴേക്ക് ഇറങ്ങിപ്പോകുന്ന കുട്ടികളാണ്. മീനോ ഇറച്ചിയോ കഷ്ടിയാവുന്ന ദിവസങ്ങളിൽ അവളുടെ പങ്ക് നിർബ്ബന്ധിച്ച് അവരുടെ പ്ലേറ്റിലിടും. അവരുണ്ടാൽ തറയിലിരുന്നുണ്ണും. എത്ര നിർബ്ബന്ധിച്ചാലും കസാലയിലിരിക്കില്ല. അടുക്കളയൊതുക്കി കുറച്ചുനേരം കുട്ടികളോടൊപ്പം സിനിമ കാണും. വൈകുന്നേരത്തെ ചായയും കൂട്ടി വെച്ച് അഞ്ചുമണിക്ക് അവൾ ബുർക്കയിൽ പുറത്തേക്കിറങ്ങും. പിന്നെ സന്ധ്യകഴിഞ്ഞ് ഓഫീസുകൾ വിട്ട് അച്ഛനമ്മമാർ വരുന്നതുവരെ കുട്ടികൾ അവരുടെ ലോകത്തായിരിക്കും.

ബംഗ്ലാദേശിലെ ധാക്കയിൽ നിന്നകലെയുള്ള ഒരു കുഗ്രാമത്തിലെ കുടിലിനു മുന്നിലെ ചാർ പായയിൽ പകലുകൾ തള്ളിനീക്കുന്ന രോഗിയായ അമ്മ. ഗ്രാമത്തിന്റെ മുക്കിലും മൂലയിലും കുത്തിയിരുന്ന് സമയം കൊല്ലുന്ന അച്ഛൻ. ഊർമ്മിളയ്ക്കും മാഷിനും എത്രയോ ഇളപ്പക്കാർ. താഴെയുള്ള ഇളയതുങ്ങളടക്കം കുടുംബത്തിന്റെ ഭാരം ചുമക്കുന്ന ഒരു ഇരുപത്തിമൂന്നുകാരി. കുറഞ്ഞ ദിവസങ്ങൾ കൊണ്ടുണ്ടായ അടുപ്പത്തിൽ അവൾ വരച്ചിട്ട കുടുംബചിത്രങ്ങളാണിവ.

അവളുടെ കവിളുകളിൽനിന്ന് മുന്തിരി പഴങ്ങൾ പറിച്ചെടുക്കാം. അധരങ്ങളിൽനിന്ന് മുത്തു പൊഴിച്ചെടുക്കാം. ശബ്ദത്തിൽ സ്നേഹത്തിന്റെ പുതപ്പ് വിടർത്താം. പക്ഷേ, കുഴിഞ്ഞ കണ്ണുകളിൽ മാത്രം ഭീതിയുടെ ഒരു പിടച്ചിലുണ്ടായിരുന്നു. മുൻപ് പണിക്കു നിന്ന വീട്ടിലെ അറബി പെണ്ണുങ്ങളുടെ പർദ്ദയ്ക്കുള്ളിലെ ക്രൂരത ഊർമ്മിളയുടെ മുന്നിൽ അവൾ വരച്ചിട്ടതാണ്. ഉണ്ടും ഉറങ്ങിയും ഹിന്ദി സിനിമകൾ കണ്ടും അകത്തളങ്ങളിലെ ജീവിതം തീർക്കുന്ന അവർക്ക് ജോലിക്കാരി അവരെ ഊട്ടുകയും, കോഴി മുട്ടകൾ പോലെ തുടർച്ചയായി പെറ്റിടുന്ന കുഞ്ഞുങ്ങളെ നോക്കുകയും ആൺ ശരീരങ്ങൾക്ക് വഴങ്ങുകയും ചെയ്യുന്ന ഒരു വണ്ടിക്കാള മാത്രമാണ്.

ആ സൊപനയെയാണ് പൊലീസ് പിടിച്ചിരിക്കുന്നത്. എന്തിനാണത്? കെട്ടിടങ്ങൾക്കിടയിലെ ഊടുവഴികളിൽനിന്ന് ജോലിയെന്ന കനിവിനായി കാത്തിരുന്ന് കാണാതായ ആ ചെരുപ്പുകുത്തിയേയും പൊലീസ് പിടിച്ചിരിക്കുമോ?

അയാളുടെ കണ്ണുകളിൽനിന്ന് നന്ദൻ മാഷുടെ കാലടികളിലേക്ക് വീണത് നന്ദിയുടെ നോട്ടങ്ങളാണ്. ചുമരിന്റെ മറവിൽനിന്ന് പ്രത്യക്ഷപ്പെട്ട് നീണ്ടുവന്ന കൈ നിലനില്പിനുവേണ്ടിയുള്ള യാചനയുടേതാണ്.

സ്നേഹത്തിന്റെ ചരടിൽ കോർക്കാൻ ലോകത്തെവിടേയും മുത്തുകൾ കാണും. ജാതിയോ മതമോ രാജ്യാതിർത്തിയോ ഭാഷയോ അതി

നാവശ്യമില്ല. സ്പന്ദിക്കുന്ന ഒരൊറ്റ ബിന്ദുവേ അതിനുവേണ്ടൂ. മനുഷ്യന്റെ നല്ല മനസ്സ്. ദൈവത്തെ വാഴ്ത്തുന്ന മനുഷ്യന് ദൈവത്തിന്റെ നിയമമല്ല. പണത്തിന്റേയും അധികാരത്തിന്റേതുമാണ്. മനുഷ്യരെ വേട്ടയാടുന്ന കൊടുംകുറ്റവാളികൾക്കും കള്ളന്മാർക്കും അഭയം കിട്ടുന്നത് ഇതേ മണ്ണിൽത്തന്നെയല്ലേ?

****** ******

ജമ്പൽ ഹഫീത്ത് മലയുടെ മുകളിലേക്കുള്ള നിരത്തിലൂടെ മകന്റെ കാറ് അനുവദിച്ച വേഗതയോടെ നീങ്ങാൻ തുടങ്ങിയപ്പോൾ ഊർമ്മിള കണ്ണുകളടച്ചു. ഈ വാരാന്തം കഴിഞ്ഞാൽ ഇവിടെ ഇനി ഒരാഴ്ച മാത്ര മാണുള്ളത്. കാറോടിക്കുമ്പോൾ പ്രദീപിന്റെ ശരീരം നിരത്തിലെ വളവു കൾക്കൊപ്പം ചെറുതായി ഒടിയും. എതിരേ വരുന്ന വാഹനങ്ങളുടെ കൃത്യ തയില്ലാത്ത ചലനങ്ങളിൽ അവൻ പെട്ടെന്ന് സുരക്ഷിതമായി വാഹനം വെട്ടിച്ചു മാറ്റും. ആ ചടുലതയും പക്വതയും നിയന്ത്രണവും ഒന്ന് വേറെ തന്നെയാണ്.

“ജബൽ ജെയ്ഡാണ് യു എ ഇ യിലെ ഏറ്റവും ഉയരമുള്ള മല. അവിടെ അടുത്തൊരീസം പോവാം. ആയിരത്തിതൊള്ളായിരത്തിലധികം മീറ്റർ ഉയരമുണ്ടതിന്. ഇതിന് ആയിരത്തി ഇരുന്നൂറ്റി ചില്വാനം മാത്രേ ഉള്ളൂ.”

“കേൾക്ക്ന്നില്ലേ, അമ്മ ഒറങ്ങിയോ?”

“ഇല്ല. ഒന്ന് കണ്ണടച്ചു.”

“കണ്ണടച്ചിരുട്ടാക്കല്ലേമ്മേ. നമ്മൾ ഇപ്പോത്തന്നെ വൈകി. ഇരുട്ടാ വുന്നതിനു മുൻപേ മോളിലെത്തണം.”

ഊർമ്മിള മീനാക്ഷിയെ ചുറ്റിപ്പിടിച്ച് അടുപ്പിച്ച് സൈഡ് ഗ്ലാസിലൂടെ പുറത്തേക്ക് നോക്കി.

കാറിന്റെ സൈഡ് സീറ്റിനു വേണ്ടി തമ്മിൽ തല്ലാണ് പേരമക്കൾ ഓരോ യാത്രയിലും.

“ഒന്ന് വിടച്ഛമ്മേ. ഞാൻ വീഡിയോ എടുക്കട്ടെ.”

കൈയിലെ ടാബിൽ പുറം കാഴ്ചകൾ നന്നായി പകർത്താൻ പറ്റാ ത്തതിൽ അവൾക്ക് അമർഷമുണ്ട്. അച്ഛമ്മയ്ക്ക് ഈ കാഴ്ചകൾ പുത്ത രിയായതിനാൽ അമ്മയുടെ ഭീഷണിക്കു വഴങ്ങി സൈഡ് സീറ്റ് വിട്ടു കൊടുത്തതാണ്. മുന്നിലെ സീറ്റിൽ നന്ദൻ മാഷ് കാഴ്ചകൾ പുതിയ രചനയുടെ അസാദ്ധ്യവരകളായി മനസ്സിൽ കോറിയിടുകയാവാം.

മല ചുറ്റിക്കയറുന്ന രണ്ടുവരിപ്പാതയും താഴോട്ടുള്ള ഒറ്റവരിയും മുക ളറ്റക്കാഴ്ചയിൽ അറ്റമില്ലാത്ത കറുത്ത നാടകളായി കാണപ്പെട്ടു. മണ്ണുട ലിനെതിരെ അത് വൈകുന്നേരത്തെ സൂര്യശോഭയിൽ വെട്ടിത്തിളങ്ങി. പാതയോരത്തെ വൈദ്യുതി വിളക്കുകൾ കത്തിത്തുടങ്ങിയിരുന്നു. സന്ധ്യ

മയങ്ങുമ്പോഴേക്കും അവയിലെ പുഷ്ടമായ പ്രകാശം മണ്ണുടലിലെ അരയോടയായി കത്തിമിന്നി സന്ദർശകരെ മയക്കും. മരുഭൂമിയിലെ മണൽ കാറ്റടിച്ചുണ്ടായതാണ് ഈ മലകൾ. കാലാകാലങ്ങളായി അവയിലെ വിള്ളലുകളും പോറലുകളും ചെറിയ ഗർത്തങ്ങളുംകൊണ്ട് പ്രകൃതി തീർത്ത മനോഹരശില്പങ്ങളെ നോക്കി ഊർമ്മിള അതിശയം പൂണ്ടു. മനുഷ്യർ കൊത്തുപണികൾ ചെയ്തോ ജീവൻ പണയം വെച്ച് വിയർത്തുണ്ടാക്കിയതുപോലുള്ളവയോ അല്ല. തൊട്ടാൽ മണ്ണുപൊടിയുന്നവ.

പരിസരങ്ങളിൽ നിന്നൊപ്പിയെടുത്ത കാഴ്ചകൾ മനസ്സിന്റെ ആഴത്തിൽ കൊണ്ടിടുമ്പോൾ ഊർമ്മിളയുടെ നോട്ടം കാറിന്റെ ചില്ലുതുളച്ച് മലയടിവാരത്തിൽ പതിഞ്ഞു.

ഈ ഗർത്തം. ഈ ആഴം. മനസ്സിന്റെ നിയന്ത്രണം പൊട്ടിക്കുന്നു. അവർക്ക് തല ചുറ്റുന്നതുപോലെ തോന്നി. കണ്ണുകൾ ഇറുകെയടച്ച് വലതു കൈപ്പത്തികൊണ്ടമർത്തി മുന്നോട്ടാഞ്ഞിരുന്നു.

“അമ്മക്ക് തലവേദനയെടുക്കുന്നുണ്ടോമ്മേ?” പെട്ടെന്ന് അരികിലേക്കു തിരിഞ്ഞുനോക്കിയ ആതിരയുടെ ശബ്ദം. ഊർമ്മിള വെറുതെ തലയാട്ടി.

പ്രപഞ്ചത്തിന്റെ ആഴത്തിൽനിന്ന് ആരോ മന്ത്രിക്കുന്നു. ഞാൻ ഇവിടെയുണ്ട്. ഇവിടെയോ? ഇവിടെയെന്നുവെച്ചാൽ അതെവിടെയുമാകാം. അല്ലെങ്കിൽ എല്ലായിടത്തും. പ്രപഞ്ചത്തിലൊരിടത്ത് ഏതെങ്കിലുമൊരു കോണിൽ സൂചികുത്താനിടയുള്ള ഓരോയിടത്തും.

ആരാണ്? ആരാണ് ഈ പറഞ്ഞത്? കഴിഞ്ഞ മുപ്പത്തേഴുവർഷങ്ങളായി തന്നെ നിരന്തരം വേട്ടയാടിക്കൊണ്ട് ആരാണ് തന്റെയുള്ളിലിരുന്ന് മന്ത്രിക്കുന്നത്?

“അച്ചമ്മേ ഒന്ന് ബേക്കിലേക്ക് മാറ്. ഈ മല ഒന്നെടുത്തോട്ടെ. നല്ല ഭംഗീണ്ട്.”

“എനി ഞാനെട്ക്കട്ടെ മീനാച്ചീ. നീ കൊറേ നേരായില്ലെ ടാബും പിടിച്ച് കളിക്ക്ന്ന്?”

“കൊറച്ച് നേരം കൂട. ഒര് പതിനഞ്ച് മിനിറ്റ് പ്ലീസ്. പിന്നെ നീ എട്ത്തോ. പക്ഷേ, ഞാനെട്ത്ത ഒരെറ്റയെണ്ണം നീ ഡിലീറ്റ് ചെയ്യാമ്പാടില്ല.”

“ഇല്ല”

“പ്രോമിസ്?”

“പ്രോമിസ്. ഇല്ലെങ്കി ഇന്നലെ അമ്മ ഓഫീസ്ന്ന് വര്മ്പം കൊണ്ടത്തന്ന എന്റെ പുതിയ കേൻവാസ് നീ എട്ത്തോ.”

ചിത്രം വരയ്ക്കുള്ള സാമഗ്രികൾ രണ്ടുപേരുടേയും ദൗർബല്യങ്ങ

ളാണ്. കൊച്ചുവഴക്കുകൾ പലതും ഒത്തുതീർപ്പിലെത്തുന്നത് അതിലാണ്. ഊർമ്മിള മീനാക്ഷിയെ തൊട്ടുവിളിച്ച് പിന്നിലേക്ക് ഒതുക്കിക്കൊടുത്തു.

അടുത്ത വളവ് കഴിഞ്ഞ് പ്രദീപ് കാറ് നിർത്തി പുറത്തിറങ്ങി. മല ഉള്ളിലേക്കു വലിഞ്ഞ് വീതിയുള്ള ഇത്തരം സ്ഥലങ്ങൾ വേറെയും കണ്ടതാണ്. പലരും അവിടെ കാർ നിർത്തി ഫോട്ടോ എടുക്കുകയും കാഴ്ചകൾ ആസ്വദിക്കുകയും കൈകാലുകൾ കുടഞ്ഞ് കാറോടിച്ചതിന്റെ വിരസത ഒഴിവാക്കുകയും ചെയ്യുന്നുണ്ട്. പല തരക്കാരും, ഭാഷക്കാരും വിദേശികളുമടങ്ങിയ സന്ദർശകർ.

ഓരത്ത് സുരക്ഷയ്ക്കുവേണ്ടി കെട്ടിയ അരമതിലുകളിൽ പലരും ഇരുന്നും ചാരിയും താഴേക്ക് ഏന്തിനോക്കിയും കാഴ്ചകൾ ആസ്വദിക്കുന്നു. കുട്ടികളെ അതിനടുത്തേക്കു വിടാതെ പ്രദീപും ആതിരയും പിടിച്ചു നിർത്തിയിരിക്കുകയാണ്.

ഊർമ്മിളയ്ക്ക് ചെറുതായി തലചുറ്റി. ആഴത്തിൽനിന്ന് ആരോ എന്തോ വിളിച്ചു പറയുന്നു. ശബ്ദം മുകളിലേക്ക് എത്തുന്നില്ല. എന്താണ് താൻ അവ്യക്തമായി കേട്ടുകൊണ്ടിരിക്കുന്നത്? മീനാക്ഷിയും ശിവനും പെട്ടെന്ന് തന്റെ അരയിലൂടെ ചുറ്റിപ്പിടിച്ചത് ഒരുൾവിളിയാലെയാണോ? രണ്ടു കൈകൾ കൊണ്ടും തനിക്കിരുവശവും അവർ പേരമക്കളെ ചുറ്റിപ്പിടിച്ചു.

അപ്പോഴാണ് അവർ ആ ദൃശ്യം കണ്ടത്. ഒരു ചെറുപ്പക്കാരൻ. പോക്കുവെയിലിൽ അവന്റെ നീണ്ട തലയിൽ മുടി പലനിറങ്ങളിൽ പെയിന്റിട്ടത് വെട്ടിത്തിളങ്ങി. ദൂരെക്കാഴ്ചയിൽ ഓമനത്തമുള്ള മുഖം. കൈയില്ലാത്ത ഷർട്ടിൽ നിറയെ പച്ചകുത്തിയ നീണ്ട വലം കൈ. പാതയോരത്തെ മതിലിൽ അവൻ കൈകൾ വിടർത്തി നീളൻ ശരീരം ബാലൻസ് ചെയ്ത് അങ്ങോട്ടുമിങ്ങോട്ടും നടക്കുന്നു. പെരുവിരലുകളിലൂന്നി മുന്നോട്ടാഞ്ഞ് പറക്കുന്നതായി ഭാവിക്കുന്നു.

ഒരു വശത്തെ ആഴം. മറുവശത്തെ ഉയരം.

ചുറ്റിനും കാണികൾ പ്രോത്സാഹിപ്പിച്ച് കൈയടിക്കുന്നുണ്ട്.

“ഒരു ഫ്രഞ്ച് പിരാന്തനാന്ന് തോന്ന്ന്നു. വെറ്തെ പൊലീസിന് പണീണ്ടാക്കാൻ” പ്രദീപ് ഈർഷ്യയോടെ പറഞ്ഞു.

“നിങ്ങക്കെങ്ങനെ മനസ്സിലായി ഫ്രഞ്ചാന്ന്” ആതിര സംശയത്തോടെ ഭർത്താവിനെ നോക്കി.

“കൊറേ കൊല്ലായില്ലെ ഗൾഫില് തെരയാൻ തൊടങ്ങീറ്റ്. ഇത്രേം മനസ്സിലായില്ലെങ്കില് പിന്നെ.....”

ഊർമ്മിളയുടെ അസ്വസ്ഥത കൂടി. അവർക്ക് നന്നായി തലചുറ്റി. അടുത്ത നിമിഷം നിരത്തിന് പുറം തിരിഞ്ഞ് മുന്നോട്ടാഞ്ഞ് അവൻ ആഴ

ത്തിലേക്ക് ചാടുന്നതായി ഭാവിച്ചു. ഇരുളുന്ന കാഴ്ചയിൽ താഴേക്കു ചാടിയതായി ഊർമ്മിള കണ്ടു. അവരറിയാതെ തൊണ്ടയിൽനിന്ന് ഒരു വിളി പുറത്തു വന്നു "ന്റെ........... മോനേ....."

വീഴുന്നതിനു മുമ്പ് പ്രദീപ് അമ്മയെ താങ്ങി. കാറിനകത്തിരുത്തി, മുഖത്ത് വെള്ളം കുടഞ്ഞു. ഏതാനും നിമിഷങ്ങൾക്കുശേഷം കണ്ണു തുറന്നപ്പോൾ പ്രദീപ് പറഞ്ഞു. "അമ്മേ പോകാം. മലയുടെ മോളിലെത്തി കുറച്ചിരുന്നാൽ ആശ്വാസമാകും. ഓരോ പ്രാന്തന്മാര് മറ്റുള്ളോരെ ചുറ്റിക്കാൻ...." "പോകാം" ഊർമ്മിള തളർന്ന ശബ്ദത്തിൽ പറഞ്ഞു. കുട്ടികളും ആതിരയും കാറിൽ കയറി. പ്രദീപ് വാതിലടച്ച് കാർ സ്റ്റാർട്ട് ചെയ്തു. ഊർമ്മിളയുടെ തളർന്ന നോട്ടം അവൻ ചാടിയ മതിലിൽ ഉറച്ചു നിന്നു. മനസ്സ് വിതുമ്പാൻ തുടങ്ങിയപ്പോൾ കാണികളിൽനിന്ന് ഒരു ആരവം. പോക്കുവെയിലിൽ ആൾക്കൂട്ടമിളകി. സൂര്യപ്രഭയിൽ വിടർന്ന് വികസിച്ച ആമ്പലിനെപ്പോലെ, ആൾക്കൂട്ടത്തിനിടയിലൂടെ അവന്റെ മുഖം ജ്വലിച്ചുയർന്നു. രണ്ടു കൈകളും വിടർത്തി അവൻ ആർത്തുകൂവി.

"ഴ് സ്യ്യലാ....... ന് വുസേംക്ക്യെത്തേപ്പ ഞാനിവിടെയുണ്ട്. നിങ്ങൾ ബേജാറാവല്ലേ."

ഊർമ്മിളയുടെ ശ്വാസം നേരെവീണു. ചുണ്ടുകൾ പിറുപിറുത്തു. "എനിക്കറിയാമായിരുന്നു. നീ തിരിച്ചു വരുംന്ന്......"

പ്രദീപ് ആതിരയെ നോക്കി കോക്രി കാട്ടി. "ഇപ്പോ മനസ്സിലായില്ലെ ഫ്രഞ്ചാന്ന്....."

"അതിനെനക്ക് ഫ്രഞ്ച് മനസ്സിലാവണ്ടെ" അവൾ തിരിച്ചടിച്ചു.

പ്രദീപ് അരിശപ്പെട്ട് കാറ് മുന്നോട്ടു നീക്കുമ്പോൾ പിറുപിറുത്തു.

"ഓരോർത്തന്റെ ചെപ്പടിവിദ്യ. തൊട്ട് താഴെ എവിടേര്യങ്കിലും പിടിച്ച് നിന്നതായിരിക്കും. താഴെ വീണെങ്കില് ഓന്റെ എല്ല്പോലും കാണൂല്ല. അഹംഭാവംന്നല്ലാണ്ട് എന്ത് പറയാൻ."

കാറ് മുന്നോട്ടു നീങ്ങവെ ദൃഷ്ടിയിൽനിന്ന് മറയുന്നവരെ ഊർമ്മിള അവനിൽ മിഴികൾ നട്ടിരുന്നു. ചേറിൽനിന്ന് ഊർജ്ജം വലിച്ചെടുത്ത് വിടരാൻ വെമ്പുന്ന താമരമൊട്ടുപോലെ അവരുടെ മുഖം വികസിച്ചു. കാറിലെ മൗനം ഭഞ്ജിച്ച് പ്രദീപിന്റെ തമാശ വന്നു.

"ഒന്ന് ശ്വാസം നേരെ വിടമ്മേ. ഒന്ന് ചിരിക്ക്. ഇല്ലെങ്കി അവനിനി ശരിക്കും ചാടി ചത്തുകളയും."

ചിരിയിൽ പിശുക്കിയിരുന്ന ഊർമ്മിള ഒരളവോളം ചിരിച്ചു.

മലയുടെ മുകളിൽ ഒരു പ്രതലത്തിൽ അവർ മനസ്സിലെ കരടുകൾ നീങ്ങി ശാന്തമായി ഇരുന്നു. മനസ്സിലെ ചെന്താമര ആകാശത്തിലെ നിലാവും നക്ഷത്രങ്ങളുമായി മിന്നി. ഈ ആകാശക്കാഴ്ചയും താഴ്വാരത്തിലെ വെളിച്ചത്തിന്റെ വശ്യതയും ആസ്വദിക്കുന്നതിനേക്കാൾ സന്ദർശ

കർക്ക് സെൽഫിയിൽ സ്വയം പ്രദർശിപ്പിക്കാനുള്ള തിടുക്കം അവർക്ക് മടുപ്പുതോന്നി. സെൽഫിയുടെ നീണ്ടുവരുന്ന വടികൾ തീർത്ത കോലാഹലം അത്രയ്ക്കായിരുന്നു.

അല്പം വിസ്താരമുള്ള ഒരു പ്രതലത്തിൽ തദ്ദേശീയരുടെ ഭക്ഷണ രീതി, പാത്രങ്ങൾ, ആഭരണങ്ങൾ ഖബറടക്കങ്ങൾ എന്നീ കാര്യങ്ങളെക്കുറിച്ചുള്ള ചരിത്രം കൊത്തിവെച്ചിട്ടുണ്ട്. ഇനി പ്രത്യേകിച്ചൊന്നും കാണാനില്ലാത്തതിനാൽ മലയിറങ്ങുമ്പോഴും ഊർമ്മിളയുടെ മനസ്സിൽ രണ്ടുകൈയും വീശി ആർത്തട്ടഹസിക്കുന്ന ആ ഫ്രഞ്ച് പയ്യനായിരുന്നു. “ഴ് സ്യുലാ........ ന് വുസേംക്ക്യെത്തേപ്പ.......” ഞാനിവിടെയുണ്ട്................. കഴിഞ്ഞ മുപ്പത്തി ഏഴു വർഷങ്ങളായി ഒരു തേങ്ങലായി മനസ്സിൽ കിടന്ന വാക്കുകൾ, ഇപ്പോൾ ഒരു നിറവായി, ആശ്വാസമായി അവരുടെ ഉള്ളിൽ തുളുമ്പി നിന്നു.

അവൻ എന്റെ മകൻ. ഇവിടെ തൊട്ടടുത്ത്. ആഴത്തിലേക്കുള്ള വീഴ്ചയിൽനിന്ന് രക്ഷപ്പെട്ട്...... മരത്തിൽനിന്ന് രക്ഷപ്പെട്ട്......

ഒരു യാത്രയുടെ ക്ഷീണം എല്ലാവരിലുമുണ്ട്. മലകയറുന്നതിനു മുൻപേ ജബൽ പിഫീത്ത് പാർക്കിൽ ഓടി നടന്നും ചെറുകുന്നുകളുടെ ചെരിവിലൂടെ മുകളിലേക്കും താഴേക്കും ചുവടുവെച്ചും ഒരു കുന്നു ചുറ്റിയൊഴുകുന്ന നീർച്ചോലയിൽ കളിച്ചും കുളിച്ചും മീനാക്ഷിയും ശിവരാമനും നന്നെ തളർന്നിരുന്നു. പൂക്കളില്ലാത്ത പാർക്കിൽ പുൽത്തകിടികളും ബെഞ്ചുകളും അരികിലായി ഭക്ഷണം കനലിൽ ചൂടാക്കാനും പൊരിച്ചെടുക്കാനുമുള്ള സംവിധാനങ്ങളുണ്ട്. പാകിസ്ഥാനികളും ഉത്തരേന്ത്യക്കാരും വലിയ കുടുംബങ്ങളായി ഉണ്ടാക്കി കഴിക്കുന്ന ഭക്ഷണത്തിന്റെ അളവ് ചെറുവയറുകാരിയായ ഊർമ്മിള അന്തം വിട്ട് നോക്കി നിന്നു.

ഫ്ളാറ്റിലെത്തുന്നതിനു മുൻപേ നിരത്തിന് കുറുകെയുള്ള ശരവണ ഭവനിൽനിന്ന് ഭക്ഷണം കഴിക്കാനുള്ള ഒത്തുതീർപ്പിന് പേരക്കുട്ടികൾ അത്രയ്ക്ക് ക്ഷീണിച്ചതിനാൽ സമ്മതിച്ചതാവാം. സാധാരണ നോൺ വെജിറ്റേറിയനുവേണ്ടി ശാഠ്യം പിടിക്കുന്നവരാണ്.

വിദേശീയരടക്കം പതിവിലധികം തിരക്കുണ്ടായിരുന്നു അവിടെ. അവധി ദിവസങ്ങളിൽ മിക്ക കുടുംബങ്ങളും പുറത്തായിരിക്കും. മുകളിലത്തെ ചെറിയ ഹാളിൽ തലേന്നത്തെ കുട്ടികളുടെ ഒരു പിറന്നാൾ പാർട്ടിയുടെ ശേഷിപ്പുകളായ വർണ്ണക്കടലാസുകൾ പൊട്ടിച്ചെടുത്തും, ബലൂണുകൾ അഴിച്ചെടുത്തും ശിവനും മീനാക്ഷിയും മേലെയും താഴെയുമായി ഓടി നടന്നു.

ഇരിക്കാൻ ഇടമില്ലാത്തതിനാൽ കഴയ്ക്കുന്ന കാലുകൾ അവഗണിച്ച് ഊർമ്മിള പതിവില്ലാത്തവിധം ക്ഷമയോടെ കാത്തുനിന്നു. തിരക്കുണ്ടായതിനാൽ കാലിയായ പലഹാരങ്ങളേയും കുറഞ്ഞ ഉപദംശങ്ങളേയും

മറന്ന് കിട്ടിയത് പരാതിയില്ലാതെ രുചിയോടെ ഭക്ഷിച്ചു. നിരത്ത് കുറുകെ കടക്കുമ്പോൾ, ലിഫ്റ്റിൽ, കിടപ്പുമുറിയിൽ അവർ മൗനിയായിരുന്നു.

മനസ്സിന്റെ നിറവായിരിക്കാം കാരണം. മനസ്സിന്റെ കെട്ട മനഃസ്ഥിതിയിൽ ചുറ്റുമുള്ളതെല്ലാം ഇരുളും. അവയോടൊക്കെ കലഹിക്കും. മനുഷ്യസ്വഭാവം ഗഹനവും അത്രതന്നെ ലോലവുമാണ്. കിടപ്പുമുറിയിൽ അവർ ഉറക്കം ഭാവിച്ച് കിടന്നു. ഉറങ്ങിയില്ലെന്നറിഞ്ഞാൽ മീനാക്ഷി മിണ്ടാൻ വരും. തന്നെപ്പോലെ തന്നെ പെട്ടെന്നുറങ്ങുന്ന പ്രകൃതമല്ല അവളുടേത്. ശിവരാമന്റേത് നേരെ മറിച്ചും.

ഉറക്കമില്ലാത്ത രാത്രിയാണിന്ന്. മനസ്സിൽ പലതും പറഞ്ഞുറപ്പിക്കാനും ആശ്വസിപ്പിക്കാനുമുണ്ട്. മനസ്സിൽ ചിത്രങ്ങൾ പൊങ്ങിവരാൻ തുടങ്ങിയപ്പോഴാണ്.....

“അച്ഛമ്മേ.....” മീനാക്ഷിയാണ്. ഊർമ്മിള ഉറങ്ങിയ മട്ടിൽ കിടന്നു.

“ഒറങ്ങിയോ, ഇത്രവേഗം. ഞാൻ സമറിനെ സ്കൈപ്പിൽ വിളിക്കാൻ പോവാ. എനക്ക് ഒറക്കം വര്ന്നില്ല. ഇപ്പോതന്നെ അവനെ കാണണം. ഇന്നത്തെ വിശേഷോല്ലാം പറഞ്ഞ് കൊട്ക്കണം.” അവൾ പുതപ്പുമാറ്റി എഴുന്നേല്ക്കുമ്പോൾ പിറുപിറുത്തു. “മീരേനീം മനീഷേനീം വിളിച്ചാ സമയം ശരിയാവൂല്ല.” “മീനാക്ഷി, അടങ്ങികെടക്ക്. ഇപ്പോ അവിട സമയം എത്രായീന്നറിയോനിക്ക്. അവരെല്ലാം ഒരുറക്കം കഴിഞ്ഞ്റ്റ്ണ്ടാവും”

അവളുടെ സൂത്രം ഫലിച്ചു. “അപ്പോ അച്ഛമ്മ ഒറങ്ങീറ്റില്ല, അല്ലേ? എന്നാ സമറിനെ വിളിക്ക്ന്നില്ല. അച്ഛമ്മ ഒര് കഥ പറയ്.”

“കഥേല്ലാം തീർന്നില്ലെ മോളെ. അച്ഛമ്മേന്റെ എല്ലാ കഥകളും നിങ്ങള് കേട്ടതല്ലേ?”

“എന്നാ അച്ഛനും, എളേച്ചനും ചെറ്പ്പത്തില് വികൃതി കളിച്ച കഥ പറ. പ്ലീസ് അച്ഛമ്മേ. വല്ല്യച്ഛന് വികൃതില്ലാന്നല്ലെ അച്ഛമ്മ പറഞ്ഞെ” അവളുടെ അച്ഛനും സമറിന്റെ അച്ഛനും നല്ല വികൃതികളായിരുന്നു. മനസ്സിൽ കഥവരാത്ത നേരങ്ങളിൽ അവരുടെ കഥകളിൽ കൈ വെച്ചിട്ടുണ്ട്. മീനാക്ഷി അവയൊക്കെ ആസ്വദിച്ച് വീണ്ടും വീണ്ടും പറയിപ്പിച്ചിട്ടുണ്ട്.

ഇതുവരെ പറയാത്ത ഒരു കഥ തനിക്കവളോട് പറയാൻ പറ്റുമോ? ആ കഥ പറയണോ? ആ രണ്ടുപേരുടേയും ഇടയ്ക്കുള്ള മൂന്നാമന്റെ കഥ? അവൾക്ക് കേൾക്കാൻ പ്രായമായിട്ടില്ലാത്ത, കുട്ടികളോട് ആരും ഇതുവരെ സൂചിപ്പിക്കാത്ത ഒരു കഥ? വേണ്ട.

ഞാൻ ഇവിടെയുണ്ട്. ഇവിടെയോ? ഇവിടെയെന്നുവെച്ചാൽ അതെവിടെയാണ്?..... അത്......

മീനാക്ഷി അവളുടെ വലംകൈ ഊർമ്മിളയുടെ കഴുത്തിലൂടെ ചുറ്റിപ്പിടിച്ച് അച്ഛമ്മയുടെ മുഖത്തേക്ക് ഉറ്റുനോക്കി കിടന്നു. ഊർമ്മിള അവളുടെ മുടിയിഴകളിലൂടെ വിരലോടിച്ചപ്പോൾ അവൾ കണ്ണുകളടച്ചു.

പിറകേ വരുന്ന കഥയ്ക്കായി കാതുകൾ കൂർപ്പിച്ചു. മറ്റു കുട്ടികളെപ്പോലെ തന്നെ ഊർജ്ജസ്വലനായിരുന്നു അവനും. ഇളയവൻ ജനിച്ചിട്ടില്ല. മുറ്റത്ത് ഓടിക്കളിച്ചിരുന്ന അവനെ പിടിച്ച് ദേഹം നിറയെ എണ്ണതേച്ച് പിടിപ്പിക്കുകയായിരുന്നു. ശാഠ്യം പിടിച്ച അവനെ എണ്ണ തേച്ച് ഓടിയാൽ നല്ല ശക്തി വരുമെന്ന് പറഞ്ഞാണ് അനുനയിപ്പിച്ചത്. വീട്ടിൽ തല്ക്കാലം ആരുമില്ലാത്ത നേരം. അവധി ദിവസമായതിനാൽ മറ്റു കുട്ടികൾ അച്ഛന്റെ കൂടെ പുറത്തുപോയതായിരുന്നു. അരയ്ക്ക് താഴോട്ട് നന്നായി തേച്ചു പിടിപ്പിക്കാൻ പാകത്തിൽ കിണറിന്റെ ആൾ മറയുടെ മുകളിൽ നിർത്തിയതാണ്. പക്ഷേ, അവൻ പിടിവിട്ട്...... വലിയൊരു ആഴത്തിലേക്ക്.......

സ്വന്തം ബോധം മറഞ്ഞുതുടങ്ങിയപ്പോൾ ചുണ്ടുകൾ അനക്കാൻപോലും പറ്റിയില്ല ഊർമ്മിളയ്ക്ക്. ബോധം തെളിഞ്ഞപ്പോൾ ചുറ്റും അവനൊഴികെ ബാക്കി എല്ലാവരും. അവൻ. അവനാണ് ഇന്ന് ആഴത്തിൽ നിന്ന് കയറി വന്നത്..... ഞാൻ ഇവിടെയുണ്ടെന്നും പറഞ്ഞ്.

മീനാക്ഷി എപ്പഴേ ഉറങ്ങിയിരുന്നു.

ഭഗോതിപ്പൊന്ന്

ഭഗവതിക്കോട്ടത്തിനു മുകളിലെ ചെമ്പോട് മേഞ്ഞ മേല്ക്കൂരയിൽ മകരത്തിലെ ഇരുളും മഞ്ഞും മത്സരിച്ചിറങ്ങി നിന്ന കറുത്തപക്ഷത്തിലെ അവസാന രാത്രി. ചെന്താമരാക്ഷനും അബുവും എന്ന കൊച്ചു കള്ളന്മാർ മലയോരഗ്രാമത്തിലെ അവരുടെ കുടികളിലെ അരണ്ട വെളിച്ചത്തിൽ നിന്ന് പുറത്തിറങ്ങി.

ബസല പന്തലിനു മുകളിലെ തടിച്ച ഇലകളിൽ ഇരുട്ട് കനം വെച്ചു തുടങ്ങി. വായിലെ വെള്ളം കുലുക്കുഴിഞ്ഞ് തടത്തിൽ തുപ്പിയ ശേഷം ചെന്താമരാക്ഷൻ പന്തലിന് നെടും തൂണായ പുളിമരക്കമ്പിനെ പൊതിഞ്ഞു പിണഞ്ഞു കയറുന്ന വള്ളികളിൽ കണ്ണും നട്ട് ഒരു നിമിഷം നിന്നു. പന്തലിനു കീഴെ ഇരുളിൽ പറ്റിനിന്ന അവ വിശാലാക്ഷിയുടെ കാൽവണ്ണകളിൽ പൊതിഞ്ഞു. കയറുന്ന ഇരുണ്ട നീല ഞരമ്പുകളെ പോലെയുണ്ട്. വിശാലാക്ഷിയുടെ ചൂട് പറ്റി കിടക്കുമ്പോൾ ഞരമ്പുകളിൽ ഇക്കിളി കൂട്ടുന്ന കൈതട്ടിമാറ്റി അവൾ ചിണുങ്ങും, “പോ ചന്താമരോട്ടാ. വേറെടീം കിട്ടീലെ തൊടാൻ.”

ഇന്നത്തെ ദിവസവും വിശാലാക്ഷിയുടെ ചൂട് നഷ്ടപ്പെടുമെന്നോർത്ത് അബുവിനെ കാത്തു നില്ക്കവെ ഒന്നിടുങ്ങിപ്പോയ മനസ്സ് പെട്ടെന്ന് വന്നുപെട്ട മറ്റൊരു ചിന്തയിൽ കോടയിറങ്ങിപ്പോയ മരംപോലെ തെളിഞ്ഞ് ഉഷാറായി. കാര്യം അവളറിയാതെ അല്പസ്വല്പം മോഷണമൊക്കെയുണ്ടെങ്കിലും കല്യാണത്തിനുശേഷം വിശാലാക്ഷിയെയല്ലാതെ താൻ മറ്റൊരു പെണ്ണിനെയും തൊട്ടിട്ടില്ല. മോഹിച്ച വിധമൊന്നുമല്ലെങ്കിലും ഭാര്യയെയും പെൺമക്കളെയും അല്പം കരുതലോടെ വളർത്താൻ താൻ ചെയ്യുന്ന തെറ്റുകൾ അവരോടുള്ള സത്യസന്ധതയ്ക്ക് മുന്നിൽ ഒന്നുമാ

വില്ലെന്ന് ഒരാവൃത്തി കൂടെ മനസ്സിലുറപ്പിച്ച് തന്റെ രാത്രി ദൗത്യത്തിനിറങ്ങാൻ മനസ്സിനെ പാകപ്പെടുത്തി. അപ്പോഴാണ് കണ്ടനാർ കേളന്റെ കുത്തികെടുത്തിയ ചൂട്ടുപോലെ അബു ടോർച്ചിന്റെ മങ്ങിയ വെളിച്ചം കുന്നിറങ്ങി വരുന്നത് കണ്ടത്. അബുവിന്റെ മനസ്സ് ആകപ്പാടെ തകിടം മറിഞ്ഞ മട്ടുണ്ടായിരുന്നു. ടോർച്ചിന്റെ മങ്ങിയ വെളിച്ചത്തിൽ പിറകെ നടന്ന അബുവിനെ തിരിഞ്ഞുനോക്കി ചെന്താമരാക്ഷൻ ഉത്സാഹപ്പെടുത്തി. “പേടിക്കേണ്ട അബൂ, ഞാനില്ലേ നിന്റൊപ്പം. മ്മളെ നാടിന്റെ ഭഗോത്യല്ലേ....... നമ്മക്ക് കോള് കിട്ട്ന്നത് ഓർക്കും സന്തോഷല്ലേ. എത്രകാലായി ഇങ്ങനെ കഷ്ടപ്പെടാൻ തൊടങ്ങീറ്റ്. അതോറും കാണ്ന്നില്ലെ.”

ഇരുളുമായി ഒന്നിടപഴകിയപ്പോൾ അതിന്റെ നേരിയ വെളിച്ചം രണ്ടു പേരെയും മുന്നോട്ട് നയിച്ചു. ഈ തെളിച്ചം, ഭഗവതി കണ്ണുകളായി തന്റെ ഉള്ളിലുള്ളതെല്ലാം ഒരു ജെ സി ബി കൈകളെപ്പോലെ പുറത്തേക്ക് മാന്തിയിടുമെന്ന് കരുതിയിട്ടെന്നവണ്ണം അബുവിന്റെ കാൽമുട്ടുകൾ വിറയലോടെ കൂട്ടിയിടിക്കുവാൻ തുടങ്ങി. പരിഭ്രമം പുറത്തുകാട്ടാതെ അബു ചെന്താമരാക്ഷനൊപ്പം ആഞ്ഞുപിടിക്കുവാൻ തുടങ്ങി. ചെന്താമരാക്ഷൻ അബുവിനെ തിരിഞ്ഞു നോക്കി പറഞ്ഞു.

“എനക്കൂണ്ട് അബൂ മനസ്സിലൊരു ആന്തല്. ഞാറ്റടിക്കുന്ന് പകുതീം കൈവശപ്പെട്ത്തിയ തൊമ്മന്റെ ദുബായ്ല്ള്ള മോന്റെ ബംഗ്ലാവില് കാവല് കെടക്കാൻ പോന്ന്ന്നാ ഞാം വിശാലാക്ഷിയോട് പറഞ്ഞെ. നീയും കൂടീല് അതന്നല്ലെ പറഞ്ഞെ. തൊട്ടടുത്ത കുന്നല്ലേ. ഇല്ലെങ്കില് ഓള് സംശ യിക്കും. ടൗണിലാമ്പൊ വൈന്നെരെ കീയണല്ലോ”

“ഇതുവരെ കളിച്ച കള്യല്ല. ഇത് കൊറ കൂടിപ്പോയില്ലെ ചെന്താമരേട്ടാ, കാര്യം ഞാനായിറ്റാ നിങ്ങളെ പറഞ്ഞ് സമ്മതിപ്പിച്ചെ..... ന്നാലും ഞാനായിറ്റ് നിങ്ങളെ.......”

അബുവിനെ പൂർത്തിയാക്കാൻ ചെന്താമരാക്ഷൻ സമ്മതിച്ചില്ല. “കള്ളന്മാർക്കെന്ത് ജാതീം മതോം. ഒന്ന് വേം വെച്ച് പിടിക്കെന്റെ അബു.” എങ്ങിനെയൊ തട്ടിക്കൂട്ടിയ ധൈര്യത്തിൽ ചെന്താമരാക്ഷൻ പറഞ്ഞു. “ജാതീം മതോല്ലെങ്കില് ചെന്താമരേട്ടാ... ങ്ങളെ മോളെ എനക്ക് മംഗലം കയിച്ചേരോ......” ഒരു വിധം തട്ടിക്കൂട്ടിയ ലാഘവത്തിൽ അബുവും തിരിച്ചടിച്ചു.

അബു എന്ന് വെച്ചാൽ വിശാലാക്ഷിക്കും വല്ലാത്തൊരു മതിപ്പാണ്. അന്യമതക്കാരനല്ലെങ്കിൽ മംഗലപ്രായം കഴിഞ്ഞ തന്റെ മകളെ കണ്ണും പൂട്ടി അവനങ്ങ് പിടിച്ചു കൊടുത്തേനെ.

സമപ്രായക്കാരല്ലെങ്കിലും ചെന്താമരാക്ഷനും അബുവും മനസ്സുകൊണ്ട് ഒരേ പ്രായത്തിൽ നില്ക്കുന്നവരാണ്. ഗ്രാമം മുഴുവൻ കന്നിമൂല തറവാട്ടുകാരുടെ സ്വത്തായിരുന്ന കഥ കേട്ട് വളർന്ന ഗ്രാമത്തിന്റെ ഈ സന്തതികൾക്ക് അവരുടെ കുടികിടപ്പായി കിട്ടിയ ഒരല്പം സ്ഥലവും അവർ വിറ്റ് കൈയൊഴിഞ്ഞതും അല്ലാത്തതുമായ

സ്ഥലങ്ങളിലെ പുറംപണിയും തെങ്ങ് കയറ്റവുമല്ലാതെ മറ്റൊരു ജീവിത മാർഗ്ഗവും വശമില്ല. രണ്ടുപേരും മണ്ണിന്റെ മർമ്മമറിഞ്ഞ് കൊത്തുകയും കിളക്കുകയും ചെയ്യും. പല്ലികളെപ്പോലെ അള്ളിപ്പിടിച്ച് തെങ്ങിന്റെ ഉച്ചി വരെ കയറിപ്പറ്റും.

"മൂന്നാല് കയറ്റത്തിലും കേറാതെ വിട്ട തെങ്ങാ. പാണും കൊരച്ചലും ഒണക്കോലീം പറ്റെ ബലിച്ചിട്ടോ. നിങ്ങളാമ്പം പ്രത്യേകം പറേണ്ടല്ലോ." മണ്ഡരിയും കാച്ചലും ബാധിച്ച തെങ്ങിൻ മണ്ടകൾ താഴെ പറമ്പിൽ നില്ക്കുന്ന സ്ത്രീകളുടെ വാക്കുകളിൽനിന്ന് ഊർജ്ജം പകർന്ന് അവർ വൃത്തിയാക്കും.

ഒരു ദിവസം മണ്ട വളഞ്ഞ ഉയരത്തിൽ നില്ക്കുന്ന ഒരു മരം അവരുടെ ഭാവിയെത്തന്നെ മാറ്റി മറിച്ചു. ചെന്താമരാക്ഷൻ മണ്ടയുടെ ഉച്ചിയിലേക്കുള്ള കുതിപ്പിൽ ആകാശത്തിന്റെ പാതിവരെ ചെന്നു നിന്നു. താഴെ നിന്ന് മനസ്സിനെ ത്രസിപ്പിക്കുന്ന ആരവം. "ചെന്താമരാക്ഷാ.... ഒര് നാല് എളന്നീര് കൂടെ പറച്ചിട്ടോ. ഇത്തെങ്ങിന്റെയ്ന് പ്രത്യേക സ്വാദാ. നീയാമ്പൊ പാകത്തിന് പറിക്കൂം ചെയ്യും. മണ്ടീം വൃത്ത്യാവും"

അവന്റെ വലം കൈ ഒരഭിവാദ്യത്തിൽ ആകാശത്തിൽ തുഴഞ്ഞു. ഇടംകൈ അവനറിയാതെ വിട്ടു. നടുവ് പിറകോട്ട് വളഞ്ഞു. ഒരൊറ്റ കുതിപ്പിൽ വെയിൽ വാട്ടിയെടുത്ത ഒരു പാണുപോലെ അവൻ തെങ്ങിൻ ചോട്ടിൽ നിശ്ചലനായി കിടന്നു.

ഒടിഞ്ഞ കാലിനും ചതഞ്ഞ നടുവിനുമായി അവൻ മൂന്ന് ആസ്പത്രികൾ കയറിയിറങ്ങി. മൂന്ന് ഡോക്ടർമാരും മുപ്പത് യന്ത്രങ്ങളും അവനോട് സംസാരിച്ചു. അബുവിന്റെയും അവന്റെയും വീട്ടിലെ പെണ്ണുങ്ങളുടെ കാതിൽ പൂക്കൾ വരെ പണയത്തിലായി. വലിയ സ്വാധീനമില്ലാത്ത നടുവും കാലും കൊത്തിനും കിളയ്ക്കും തെങ്ങുകയറ്റത്തിനും വിടുതൽ നല്കി. അങ്ങനെയാണ് രണ്ടുപേരും അടുത്ത ടൗണിലെ വീടുകളിലെ കാവൽപണിയിലേക്ക് തിരിഞ്ഞത്. എന്തുപണിക്കും ഇവിടുത്തേക്കാൾ കൂലി ടൗണിൽ കിട്ടും. അങ്ങനെ തട്ടിമുട്ടി ജീവിക്കുമ്പോഴാണ് അല്ലറ ചില്ലറ മോഷണമെന്ന ആശയം അബുവിന്റെ മനസ്സിൽ തെളിഞ്ഞത്. തിരിച്ചും മറിച്ചും മനസ്സിലിട്ട് അവനത് കുറെ നാൾ വേവിച്ചു നടന്ന് മെല്ലെ ചെന്താമരാക്ഷന്റെ മുന്നിൽ വിളമ്പി. ആദ്യം തട്ടിക്കയറിയ അവൻ കാവലും മോഷണവും രണ്ടും രാത്രിയിലായതിനാലും മോഷണം അല്ലറ ചില്ലറയിൽ ഒതുങ്ങുന്നതിനാലും മയപ്പെട്ട് യോജിച്ചു. ഉടുക്കാനും തിന്നാനും വേണ്ടി മാത്രം അവർ കുറേ നാൾ മോഷ്ടിച്ചു നടന്നു. സ്വന്തം പ്രാരാബ്ധങ്ങളിൽ പതം പറഞ്ഞും ദുഃഖിച്ചും കൂട്ടുകൂടി നടന്ന ഒരു ദിവസം ചെന്താമരാക്ഷൻ അബുവിനോട് ചോദിച്ചു.

"നീ ഞാളെ ഭഗോതീന കണ്ടിനോ അബൂ?"

"ഇല്ല ചെന്താമരേട്ടാ അകക്കണ്ണോണ്ട് കണ്ടിനി. ഓറ് നമ്മളെ നാടിന്റെ ദേവ്യല്ലെ?"

“സുന്ദര്യാനും ദേവി. കല്ല് കൊത്തിയ ഓറെ കണ്ണും മൂക്കും നമ്മളെ മനസ്സ് കേറി ന്ക്കും. കയ്ത്തില് ചെക്കീം തൊളസീം കൊണ്ട്ല്ല മാലേം. പക്കെ ഇപ്പം കോലം കെട്ട്വോയി നീം....”

“അതെന്താ ചെന്താമരേട്ടാ അങ്ങനെ?”

“എണ്ണ മിന്പ്പ്ള്ള കരിങ്കല്ലിന്റെ മോത്തല്ലെ വെള്ളി പൊത്ത്യേത്. ചെക്കീം തൊളസീം കൊണ്ട്ല്ല മാലക്ക് പകരം കയ്ത്തും കൈയും നെറച്ച് പൊന്ന് പൊതിഞ്ഞിനി. കരിങ്കലിന്റെ മിനുപ്പും തെളക്കൂം ദൈവീകത്തൂം പോയി.”

“ഞാന്നിന്ന മറ്റൊരു ഭഗോതീന കാണിച്ച്യേരട്ടോ അബൂ”

ചെന്താമരാക്ഷന്റെ കാലുകൾ പാടം തീർന്ന് കുന്ന് തുടങ്ങുന്നിടത്ത് കിഴക്കോട്ട് തിരിഞ്ഞു. അബു പിന്തുടർന്നു.

കന്നിമൂല തറവാട്ടുകാർ പണ്ടെന്നോ പടിയടച്ച് പിണ്ഡം വെച്ച തായ്‌വഴിക്കാരുടെ കുടിലെന്നോ വീടെന്നോ പറയാനാവാത്ത ചെറിയൊരു പാർപ്പിടത്തിനു മുന്നിൽ അവർ ചെന്നു നിന്നു. ചെന്താമരാക്ഷൻ മുറ്റത്ത് നിന്ന് മുടനക്കി ഇറയത്തേക്ക് കയറി. ആരെയും കാണാഞ്ഞ് ഒരു കാൽ അകത്തിറയത്തേക്ക് നീട്ടി വെച്ച് അവൻ നീട്ടി വിളിച്ചു. “മോളെ...... സരസ്വതീ....”

കവിളിൽ വെയിൽ വാട്ടിയ ശോണഛവി. കൊത്തിയെടുത്തതു പോലെ തിളങ്ങുന്ന കണ്ണുകളും മൂക്കും. ചുണ്ടിൽ വറ്റാറായ ഇളംചിരി. കൊലുന്നനെ കടഞ്ഞെടുത്ത, ഒര് തരിപൊന്നലങ്കരിക്കാത്ത കഴുത്ത്. തഴമ്പിച്ച ഒരു മാക്സിയിലെ ഉടലിൽനിന്ന് അവളുടെ നേർത്ത ചുണ്ടുകൾ ചലിച്ചു. “എന്തേ ചെന്താമരേട്ടാ ഈ വെയിലത്ത്. കുടിക്കാൻ മോര് വെള്ളം തരട്ടെ? നടന്ന് തൊണ്ട വരണ്ടിറ്റ്ണ്ടാവല്ലോ”

“വേണം മോളെ നിന്റെ കൈയോണ്ട് ഒരു ഗ്ലാസ് വെള്ളം”

“ഒരിറ്റ് മോരേല്ലൂ ചെന്താമരേട്ടാ അത് കലക്കിത്തരാം”

രണ്ട് കുപ്പി ഗ്ലാസുകളിൽ കുടിവെള്ളം നല്കി അവൾ മുഷിഞ്ഞ ചുമരോട് ചേർന്നു നിന്നു. ആണിയടിച്ചു തൂക്കിയ മൂന്നാല് മങ്ങിയ ഫോട്ടോകളും ഒരു കലണ്ടറുമല്ലാതെ അവിടെ മറ്റൊരലങ്കാരവുമില്ല. കന്നിമൂയിലെ മറ്റു തായ്‌വഴികളിൽ വെള്ള വീശിയ ചുമരുകളിൽ മാനിന്റെയും കാട്ടുപോത്തിന്റെയും ആനയുടെയും കൊമ്പുകൾ കണ്ടിട്ടുണ്ട്. അകത്തേക്കു പാളിയുള്ള നോട്ടത്തിൽ വലിയ ചെമ്പുകളോ തൂക്കുവിളക്കുകളോ മൺഭരണികളോ കാണാം. മറ്റൊരു വീട്ടിൽനിന്നും ഇതുവരെ തന്നെ ഏട്ടാ..... എന്ന് ചേർത്ത് വിളിച്ചിട്ടില്ല. തല ചൊറിഞ്ഞുകൊണ്ട് ഇറയത്തിന്റെ അരമതിലിൽ കൈതാങ്ങിയുള്ള നില്പിൽ വീട്ടുകാർ ‘എന്തേ ചെന്താമരാ’ എന്ന് ചോദിച്ചാൽ പോകാറായില്ലേ എന്ന ധ്വനിയാണ്.

പുറത്തേക്കുള്ള വഴിയിൽ അബു പറഞ്ഞു.

“ഞാനീ വീട്ട്കേറ്ന്നത് ഇതാദ്യാ. ഈ കുഞ്ഞിന കൊളത്ത് കുളി

ക്കാമ്പോവുമ്പും കണ്ടത്തില് നട്ടിക്ക്[1] നനക്കുമ്പൂം ഞാങ്കണ്ടിറ്റ്ണ്ട്. അന്നിത്ര പാങ്ങില്ല. എത്ര വേഗാ വണ്ണം ബെച്ചേ"

കാലത്തിന് ആരോ ചിറകുകളും ഉരുളുകളും വെച്ചുകൊടുത്തതു പോലെയാണ് ഈയിടെ നീങ്ങുന്നത് എന്ന് അബുവിന് തോന്നി.

"ഞാന്നിന്ന കൂട്ടാഞ്ഞിറ്റാ..... അബൂ. എന്തോ കാരണം കൊണ്ട് പണ്ട് കാർന്നോന്മാര് ഒര് പെങ്ങളെ പടിയടച്ച് പിണ്ഡംമ്പെച്ചോലും. നീയും കേട്ടീറ്റ്ണ്ടാവും കഥ. ഓർക്ക് ചോയ്ക്കാനും പറ്യേനും സ്വന്തം ആങ്ങളാരില്ല്യേനും. പിന്നത്തെ കൂട്ടർ സ്വത്ത് കൊടുക്കേണ്ടി വരുംന്ന് പേടിച്ച് അവരെ അടുപ്പിച്ചൂല്ല. മറ്റ് താവഴിക്കാര് കൃഷീം കോപ്പുമായി കയീംമ്പം ഈയൊര് വീട്ടാർ മാത്രം കണ്ടം കൊത്തും കെളീമായി നമ്മളെപ്പോലെ കയ്യ്യ...ന്തോര് യോഗം."

തിരിച്ച് വീട്ടിലേക്കുള്ള വഴിയിൽ പെട്ടെന്നാണ് അബു ചോദിച്ചത്. "ചെന്താമരേട്ടാ.... ഈ ഭഗോതിക്കെന്തിനാ ഇത്രേം പൊന്ന്. അല്ല, നിങ്ങക്ക് പെമ്മക്കോല്ലെ? എനക്ക് പെങ്ങന്മാരും. ഒര് തരി പൊന്നവർക്ക് കൊട്ക്കാൻ നമ്മക്ക് [2]പാങ്ങ്ണ്ടോ?"

"അബു പറേന്നത്?......"

"അതന്നെ ചെന്താമരേട്ടാ. നമ്മക്ക് ഭഗവതീന്റെ മേത്ത്ന്ന് കൊറച്ചിങ്ങെട്ത്താലോ. കോട്ടത്തില് ചെറ്യോരോപ്പറേഷൻ. പേടിക്കണ്ട. ഞാങ്കേറി അശുദ്ധാക്കൊന്നൂല്ല. പാത്തും പതുങ്ങീം പൊറത്ത് നോക്കിക്കോളാം. ചെന്താമരേട്ടൻ നടത്ത്യാ മതി. ങ്ങളെ പെമ്മക്കക്കും എന്റെ പെങ്ങമ്മാരിക്കും പിന്നെ ഇപ്പോകണ്ട തറവാട്ടിലെ പാവം ഭഗോതി കുഞ്ഞിക്കും ഒര് തരി പൊന്ന്." ചെന്താമരാക്ഷൻ ഉള്ളിൽ തീകോരിയിട്ട ഈ ചോദ്യം കെട്ടടങ്ങാൻ ഒരുപാട് സമയമെടുത്തു.

ശരിയാണ്. പൊന്നുപോയിട്ട് വിലപിടിച്ച ഒരു സാരിവരെ വിശാലാക്ഷിക്കും മക്കൾക്കും വാങ്ങികൊട്ക്കാൻ പറ്റുന്നുണ്ടോ. വിശാലാക്ഷിക്ക് തന്റെ മേൽ എന്തെങ്കിലും സംശയം തോന്നിയാൽ ശ്രദ്ധ തിരിച്ചുവിടാൻ അവൾക്കൊരു സാരി വാങ്ങികൊടുത്താൽ മതി. ഈയിടെ മുച്ചിലോട്ട് കാവിലെ കളിയാട്ടത്തിന് കലവറ നിറയ്ക്കാൻ കുട്ടയിൽ പച്ചക്കറികൾ നിറയ്ക്കുമ്പോഴാണ് അവൾ പറഞ്ഞത്. "ചെന്താമരേട്ടൻ എപ്പോങ്കിലും കണ്ണൂര് പോയാല് ഒര് കാര്യം മേണിച്ചേലോ? കല്ല്യാൺ സിൽക്ക്. ന്നൊര് സാരി. നല്ലൊരു പീട്യേണ് മേണിച്ച നല്ലൊരു സാരി ഉട്ക്കാൻ എത്രായീ ആശിക്ക്ന്ന്. ഞാൻ ലൂലൂന്ന് പൊന്നൊന്നല്ലല്ലോ പറേന്നത്. നരേൻമലേലെ കരിങ്കാളി അമ്പലത്തിലെ ദേവിക്ക് പൊങ്കാല തൊടങ്ങാൻ പോന്ന്ണ്ടോലും. എനക്കും പൊങ്കാലീടണം. ഒര് നല്ല സാരിം ഉട്ക്കണം."

ആറ്റുകാൽ പൊങ്കാല എന്നേ ഇതുവരെ കേട്ടിട്ടുള്ളൂ. ഇതിപ്പോൾ സകല ദേവ്യോൾക്കും പൊങ്കാലയാണല്ലോ. അവൾ കുട്ടയിൽ കുത്തി

1. നട്ടി - പച്ചക്കറി കൃഷി
2. പാങ്ങ്- ഭംഗി

നിറച്ച പച്ചക്കറികൾ കണ്ടപ്പോൾ വന്ന അരിശം എങ്ങിനെയോ അടക്കി. ഒരുപാട് നാളുകളിലെ ഉറക്കമില്ലാത്ത രാത്രികൾ. അണയാത്ത നെഞ്ചിലെ നെരിപ്പോട്. വീട്ടിലെ പെണ്ണുങ്ങളോടുള്ള കാരണമില്ലാ കലഹങ്ങളിലൊടുങ്ങുന്ന പകലറുതികൾ. അവസാനം എന്തും വരട്ടേയെന്ന തീരുമാനത്തിൽ നടന്നുനടന്ന് രണ്ടുപേരും പന്തലിച്ച അരയാലിനടുത്തെത്തി തറയിലിരുന്നു.

തണുപ്പിൽ അരയാൽ ഒന്ന് കുളിരുകോരി. മഞ്ഞിൻ കണങ്ങൾ താഴേക്ക് കുടഞ്ഞിട്ടു. ഭഗവതി തഴുകിയതുപോലെ കാറ്റ് വന്ന് പൊതിഞ്ഞതും രണ്ടുപേരുടെയും മനസ്സിൽ അല്പം മഞ്ഞ് കുതിർന്നു.

“നീ പേടിക്കേണ്ട അബൂ. നമ്മളെ ഭഗോതി മാപ്പാക്കും. നീ പറഞ്ഞ പോലെ ഭഗോതിക്കെന്തിനി ഇത്രേം പൊന്ന്. മുക്ക് പണ്ടോട്ട് നടക്ക്ന്ന പാവം നമ്മളെ പെങ്കുത്ത്യോാക്ക് വേണ്ടീറ്റല്ലെ. കൊറച്ചല്ലെ നമ്മോട്ക്ക്ന് നില്ലൂ.”

ഏതാനും വാരകളകലെ എച്ചിൽ കുഴിയിൽനിന്ന് കേട്ട പട്ടികളുടെ കലമ്പൽ രാത്രി നിശ്ശബ്ദതയിൽ വിള്ളൽ വീഴ്ത്തി. അബുവിന്റെ ഉള്ളിലൂടെ ഒരു വിറയൽ പാഞ്ഞു.

“ചെന്താമരേട്ടാ, ഈടൗന്ന് വർത്താനം പറേന്നത് അത്ര നല്ലതല്ല.”

“പേടിക്കണ്ട. അത് നായ്യ്യോളാ അബൂ.”

“ഈറ്റ്ങ്ങക്കെന്താ രാത്രി ഒറക്കൂല്ലെ. നമ്മ കള്ളന്മാരെപ്പോലെ?”

“പകല് തിന്ന് കൊടല് നെറഞ്ഞേന്റെ മൂച്ചാ. പ്രശ്നം തീർന്ന ദേവസോല്ലെ. രണ്ട് പായസടക്കൂല്ല സദ്യേല്ലാർന്നോ. ഇപ്പോ ലോഗ്യക്കാര്യക്കൊപ്പരം ചിണ്ങ്ങലാരിക്കും.”

“തറവാട് പ്രശ്നം തീർന്നോ ചെന്താമരേട്ടാ. ഏത് കണിയാരാ കവ്ടി നെരത്ത്ന്നെ?”

“പൊട്ടത്തരം പറയാതെടാ അബൂ. അത് കണിയാരൊന്ന്വല്ല. ബ്രഹ്മശ്രീന്നോ മറ്റോ പറേന്ന നമ്പൂര്യാരോ, തമ്പ്രാനോ ആരോ ആതോന്ന്നെ, ചെല്ലപ്പോ നമ്പ്യാന്മാരുണ്ടാവും പ്രശ്നം പര്യാൻ. മറിച്ചായ കേളികേട്ട ഒര് രാഘവ നമ്പ്യാര കേട്ടിറ്റ്ല്ലെ? ദേവപ്രശ്നോന്നോ, സ്വർണ്ണപ്രശ്നോന്നോന്തോ പറീം.”

“അപ്പോ കവ്ടിക്ക് പകരം പൊന്നോ നേരത്വാ ചെന്താമരേട്ടാ....”

“മരമണ്ടത്തരം പറേല്ലന്റെ അബൂ. ആരായാലും കവ്ടി നെരത്താതെ പ്രശ്നം വെക്കൂല. എനക്കും ഇതിന്റെ ശരിക്കൊര് തിരിവാട് കിട്ടീറ്റില്ല. അബോ”

കുറേ നേരത്തേക്ക് രണ്ടുപേരും ഒന്നും മിണ്ടിയില്ല. ഇരുളിന്റെ കനപ്പ് അവരോട് സംസാരിച്ചു തുടങ്ങി. എവിടെ നിന്നൊക്കയോ ഭയപ്പെടുത്തുന്ന ശബ്ദങ്ങൾ.

“ചെന്താമരേട്ടാ....”

“ഉം....”

"എന്തെങ്കിലും മ്ണ്ട് ചെന്താമരേട്ടാ"

ചെന്താമരാക്ഷന്റെ മനസ്സിൽ തീയും മഞ്ഞും ഒരുപോലെ പുകഞ്ഞിറങ്ങി.

"ഞാൻ അലോചിക്ക്യേര്ന്നു അബൂ"

"ന്തേ ചെന്താമരേട്ടാ...."

"കനകോം ഊർവശീം സൈനൂം പൊട്ടേന്ന് വെക്കാം. കന്നിമലേലെ സന്തത്യന്നലെ ഭഗോതിനപ്പോലത്തെ ആ പെങ്കുഞ്ഞി. ബാക്ക്യെല്ലാരും വേണ്ടോളം പൊന്നിട്ട് നടക്കുമ്പം അയ്ന്റെ കയ്ത്തില്ണ്ടോ ഒര് തരി. രണ്ട് കാത്പ്പൂല്ലത്, നമ്മൊ അയ്ന കാണാന്തൊടങ്ങമ്പേ ഇല്ലതല്ലേ? ആ മോളും ഭഗോതികോട്ടത്തിന്റെ ഒടമേന്നല്ലെ?"

കന്നിമൂലയിലെ ആ വീട്ടിൽ പണിക്ക് പോയാൽ അവർ മനപ്പൂർവ്വം കൂലി കുറച്ചേ പറയൂ.

"സ്വർണ്ണ പ്രശ്നും, സദ്യീം ആയി എത്ര പൈശ്യാ പൊടി പൊടിക്ക്ന്നെ. ജീവിച്ചിരിക്ക്ന്നോര്ക്ക് പിന്നീം പോട്ടേന്ന് പറയാം. ചത്തോരെ ജാതകോന്തിനാ നോക്ക്ന്നെ. മോക്ഷൂല്ല, പ്രതിമേണ്ടാക്കണം, ആവാഹിക്കണംന്നെല്ലാം പറഞ്ഞ്.... ഭഗോതിക്കും കിട്ടി കൊറെ പൊന്ന് ആ വകേല്. പണ്ട് കൊറെണ്ടാര്ന്ന്വാലും. കാർന്നൊന്മാര് കട്ടൂന്നും, ഭാഗിച്ചെന്നും, വിറ്റുന്നും, കള്ള് കുടിച്ചെന്നും കേക്ക്ന്ന്. ഇപ്പോ ആരട്ത്താ പൈശീല്ലാത്തെ ആബൂ. നമ്മളെപ്പോലെ ഇല്ലാത്തോനല്ലെ ഇല്ലാതില്ലൂ. തറവാട്ടങ്ങള് കൊറേ അമേരിക്കേലും, ശീമേലും, ദുബായിലുമല്ലേ....... എപ്പോങ്കിലും ലീവില് വര്മ്പം ഇതൊര് രസം. ഒപ്പരം ചെലപ്പോ വെള്ത്ത സായ്പും, കറത്ത അറബീം ബരും. കേമറീം തൂക്കീറ്റ് ഫോട്ടോ പിടിക്കാൻ. ഇഷ്ടം പോലെല്ലെ പൈശ കൊട്ക്ക്ന്ന്. സ്വന്തം ചേരീപ്പെട്ടോര് കഷ്ടപ്പെട്ന്നത് അന്വേഷിപ്പിക്കാൻ ആരിക്കെങ്കിലും നേരൊണ്ടോ അബൂ?"

****** ****** ****** ******

ചെന്താമരാക്ഷനേയും അബുവിനേയും അരയാൽ തറയിലിരുത്തിയിട്ട് അഖിൽ നാരായണൻ എന്ന പ്ലസ്ടു വിദ്യാർത്ഥിയും കന്നിമൂലയിലെ സരസ്വതി എന്ന പെൺകുട്ടിയുടെ അനുജനുമായ കഥാകാരൻ ഉറക്കത്തിനുള്ള വട്ടം കൂട്ടാൻ തുടങ്ങി. ഇനി ബാക്കി നാളെ രാത്രി എഴുതാം. കഥാപാത്രങ്ങൾ മനസ്സിൽ കയറിയാൽ അവ കുടത്തിൽനിന്ന് കെട്ടഴിച്ചുവിട്ട ഭൂതങ്ങളെപ്പോലെയാണ്. ഒരു കഥ മെനഞ്ഞെടുത്ത് പൂർത്തിയാക്കാതെ ഇരിക്കപ്പൊറുതിയില്ല. പക്ഷേ, കഥയെഴുതിയാൽ മാത്രം പോരല്ലൊ. ഒരുപാട് പഠിക്കാനുണ്ട്. ഒരെഞ്ചീനിയറിങ് ബിരുദം കൈക്കലാക്കണം. ശ്രമിച്ചാൽ ഏറ്റവും ആദ്യത്തെ റാങ്കുകളിൽ ഒന്നിൽത്തന്നെ സീറ്റ് കിട്ടുമെന്നുറപ്പുണ്ട്. അച്ഛന് താങ്ങാവുന്നതിലപ്പുറമാണ്. എങ്കിലും

വിദ്യാഭ്യാസ വായ്പയും മറ്റുമായി മുന്നോട്ടുകൊണ്ട് പോകാം. പഠിപ്പിനിടയിൽ തന്റെ ആദ്യത്തെ കഥാസമാഹാരമെങ്കിലും ഇറക്കണം. ഒരു ജോലി കിട്ടി അമേരിക്കയിലോ ദുബായിലോ മറ്റോ പോയി പണം സമ്പാദിച്ച് കുടുംബത്തെ പ്രാരാബ്ധങ്ങളിൽനിന്ന് കരകയറ്റി ഭഗവതിയുടെ ആരൂഢമായ ഈ കുന്നിലും വയലിലും പരിസരത്തും വിലസണം. തന്റെ വീട്ടുകാരെ പുച്ഛിച്ചു നടക്കുന്ന അമ്പലവാസികളായ സ്വന്തക്കാരെ നേരിടേണ്ടതോർക്കുമ്പോൾ മാത്രം അഖിലിന് സംശയമാണ്. പ്രതീക്ഷിക്കാത്ത വലിയൊരു സംഖ്യ സംഭാവന നല്കി ഞെട്ടിച്ചിട്ടോ, അല്ല തിരിച്ചടിയായി അവരെ ഇറക്കി വിട്ടിട്ടോ? സമ്പന്നമായ തറവാട്ടിലെ മറ്റു കുട്ടികൾ ടൗണിലേക്കുള്ള സ്കൂൾ വാൻ കാത്തുനില്ക്കുമ്പോൾ അഖിൽ അടുത്ത കുന്നു കയറി അംബേദ്ക്കർ സ്കൂളിലേക്കു പോയി. നിമ്പയറിൽ മറ്റുള്ളവർ ഉറക്കം തൂങ്ങിയപ്പോൾ സ്കൂളിലെ ഉച്ചക്കഞ്ഞിയുടെ അരവയറിൽ അവന്റെ തലയിൽ അക്ഷരങ്ങൾ കത്തി. രണ്ട് തവണ ആത്മഹത്യക്ക് ശ്രമിച്ച് പരാജയപ്പെട്ട ഒരു സാധു കർഷകനാണ് അഖിലിന്റെ അച്ഛൻ നാരായണൻ നായർ. രണ്ടാം തവണ ആശുപത്രി കിടക്കയിൽ വാടിയ ചേനത്തണ്ടു പോലെ കിടന്ന അയാളുടെ കൈയിൽ അഖിലിന്റെ കൈ പിടിച്ചു വെച്ച് അവന്റെ അമ്മ പറഞ്ഞു "നാരേണേട്ടാ സത്യം ചെയ്യ്. ഇനി നിങ്ങോ ഇങ്ങനെ ചെയ്യൂലാന്ന്. നിങ്ങ ബോധൂല്ലാണ്ട് കെടക്ക്മ്പാ ഇവന്റെ സ്കൂള്ന്ന് വിവരം വന്നേ. പത്താം ക്ലാസിൽ ഇവൻ ജില്ലേല് ഒന്നാമനാന്ന്. ഇനി ഓനില്ലെ നമ്മളെ നോക്കാൻ. ഓന്റെ പെങ്ങന്മാർക്ക് ആശ്വാസം കൊടുക്കാൻ. നിങ്ങക്ക് ഓൻ വല്താവ്ന്നെ കാണണ്ടെ നാരാണേട്ടാ"

ആക്രമണത്തിൽനിന്ന് രക്ഷപ്പെട്ട ഒരു പൂച്ചയുടെ കണ്ണിലെ മൂർച്ചയും തിളക്കവും അവൻ അമ്മയുടെ കണ്ണുകളിൽ കണ്ടു. വാക്കുകൾക്കൊടുവിൽ തേങ്ങാതെ പിടിച്ചു നിന്നപ്പോൾ ഉറച്ചിൽ അടങ്ങിയ ഭഗവതിയുടെ ശരീരഭാഷയായിരുന്നു.

അന്നുരാത്രി റഫ് നോട്ടിന്റെ താളുകളിൽ കുത്തിക്കുറിച്ച് അഖിലിന്റെ ആദ്യത്തെ കഥ പിറന്നു. "ഒരു കർഷകന്റെ ഭാര്യയുടെ ആത്മഹത്യ" കുടുംബത്തെ തളരാതെ താങ്ങിനിർത്തിയ അമ്മ ചെയ്യുന്ന ജീവിത സുഖങ്ങളുടെ ഹത്യയെക്കുറിച്ചെഴുതിയപ്പോൾ അവന്റെ മനസ്സ് ചുട്ടുനീറിപ്പോയി.

ഞാറ്റാടിക്കുന്നിന്റെ ഉടമയായ തൊമ്മന്റെ മകൻ കുര്യാക്കോസ് ദാനം നല്കിയ തുണ്ടുഭൂമിയിൽ അഖിലിന്റെ അച്ഛൻ അദ്ധ്വാനിക്കുകയും ശേഷം സമയം അയാളുടെ കൂലിവേല ചെയ്യുകയുമാണ്. കിട്ടുന്നത് തികയാതെ വന്നപ്പോൾ അയാൾ ഒരു ദിവസം ഒരു വാഹനത്തിൽ നാലഞ്ച് പന്നിക്കുട്ടികളുമായി കുന്നിറങ്ങി. കുറച്ച് ക്ഷമയും നോട്ടവുമുണ്ടായാൽ ഇറച്ചി വെട്ടി നല്ലൊരു വരുമാനമാകും. രണ്ടു മൂന്നു മാസം കഴിഞ്ഞുകാണും. അവറ്റ ഒന്നു മിനുങ്ങാൻ തുടങ്ങിയതേ ഉള്ളൂ. വെട്ടുകയും ചോരവീഴ്ത്തു

കയും ചെയ്യുന്ന ഏർപ്പാട് ഭഗവതിയുടെ ആരൂഢത്തിൽ പറ്റില്ലെന്ന് പറഞ്ഞ് സ്വന്തക്കാർ പ്രശ്നമുണ്ടാക്കുകയും പ്രശ്നം വെക്കുകയും ചെയ്തു. നല്ലൊരു സംഖ്യക്ക് പരിഹാരം ചെയ്യണം. വെട്ടാതെ വിറ്റുള്ള കച്ചവടം പോരെയെന്ന് അഖിലിന്റെ അമ്മ ആലോചിക്കാൻ തുടങ്ങിയ നേരത്താണ് സരസ്വതിയുടെ മൂത്തതിന്റെ കല്ല്യാണം ഒപ്പിച്ചു കഴിച്ചയിടെയാണ്. ജീവിക്കാനും സമ്മതിക്കൂലേ എന്ന് വിലപിച്ചുകൊണ്ട് നാരായണൻ നായർ തന്റെ ആദ്യത്തെ ആത്മഹത്യശ്രമം നടത്തി. അമ്മ അച്ഛനെ അതിൽനിന്നും പിടിച്ചു കയറ്റി പരിഹാരം ചെയ്യില്ലെന്ന വാശിയിൽ പന്നികളെ കെട്ടും കെട്ടിച്ച് കുറേ കോഴിക്കുഞ്ഞുങ്ങളെ ഇറക്കിച്ചു. ചെറിയൊരു ചായ്പും അതിനൊരു അടച്ചു പൂട്ടും തീർത്ത് കോഴികൃഷി തുടങ്ങി. മുട്ട വിറ്റും അടയിരുത്തി കുഞ്ഞുങ്ങളെ വിരിയിച്ചും അവർ അവന്റെ പുസ്തകങ്ങൾക്കും യൂണിഫോമിനുമുള്ള വക കണ്ടെത്തി.

പുസ്തകങ്ങളും പേനയുമായുള്ള ഇരിപ്പിലും ഉറക്കത്തിലും പലപ്പോഴും അവന്റെ മനസ്സിൽ അമ്മ ഭഗവതിയായും ഭഗവതി അമ്മയായും വേഷം പകർന്നാടി നിറഞ്ഞു നിന്നു. ഗുളികൻ തറയ്ക്കുതൊട്ട പറമ്പിൽ നിന്ന് പാല പൂത്ത മണമൊഴുകിയെത്തി. കുരുത്തോലകളുടെ പതിഞ്ഞ ഉരസൽ കേൾക്കുന്നുണ്ടോ? അകത്തെ വെളിച്ചത്തിന്റെ അലോസരത്തിൽ വവ്വാലുകൾ പുറത്തെ കതകിൽ ചിറകടിച്ചപ്പോൾ അഖിൽ ജനൽപാളികളടയ്ക്കാൻ കൈയെത്തിച്ചു. അവറ്റകൾ വെളിച്ചത്തെ പേടിക്കാതെ സ്വൈരമായി സഞ്ചരിച്ചോട്ടെ. ഭഗവതിക്കോട്ടവും ചുറ്റും കുന്നുകളും ഇരുളിൽ കല്ലിച്ചു നില്ക്കുന്നു. സമയം അർദ്ധരാത്രി കഴിഞ്ഞ് ഒരുപാടായിരിക്കുന്നു.

****** ****** ****** ******

ജനാലയ്ക്ക് പുറത്തെ മഞ്ഞിന്റെ പാടയിൽ തിരയിളകുന്നത് കണ്ട് ജനാലയിൽ വെച്ച കൈ അവൻ തിരിച്ചെടുത്തു. നോക്കി നില്ക്കാതെ തിരയൊതുങ്ങി ബാലവാടി മുതൽ അഞ്ചാം തരം വരെ സൂക്ഷിച്ചുപയോഗിച്ച ചുരുട്ടിയ വർണ്ണക്കുട പോലെ ഒന്ന് ജനാലയുടെ അഴികൾക്കിടയിലൂടെ അകത്തേക്കിറങ്ങി. മേശയ്ക്കപ്പുറത്ത് വീണ്ടും തിരയിളക്കി ഒരു രൂപം വിടർന്നു വന്നു. മഞ്ഞയിലും, ചുവപ്പിലും കുരുത്തോല പച്ചയിലും കുളിച്ചു നിന്ന, ഈയിടെയായി ദേവസ്വത്തിൽനിന്ന് തുന്നിക്കൊടുത്ത പുതുപുത്തൻ ആടയും ആഭരണങ്ങളുമായി കന്നിമൂലയിലെ അഖിലിന്റെ സ്വന്തം ഭഗവതി. ഭഗവതിയുടെ വലതുകൈയിൽ ഒരു പുസ്തകവും ഇടതുകൈയിൽ ഒരു പ്ലാസ്റ്റിക് പൊതിയും. രണ്ടും മേശപ്പുറത്ത് വെച്ച് ഭഗവതി മുഖത്തെഴുത്തിൽ കുടുങ്ങിയ ഒരു ചിരി ചിരിച്ചു. തിരുമുടിയിൽനിന്ന് പൂക്കളും ആമയോടയിൽ തിരുകിയ അരയാലിലയിൽ പൊതിഞ്ഞ മഞ്ഞൾക്കുറിയുമെടുത്ത് അഖിലിന്റെ തലയിൽ കുടഞ്ഞ്

ഭഗവതി അരുളി. "കൊണം വരണം കൊണം വരണം എന്റെ പൈത ങ്ങൾക്ക്. ദിവസങ്ങളോളം, കാലങ്ങളോളം ഇത് രണ്ടും തന്നല്ലെ മന സ്സില് കനലെരിച്ച് നീരിച്ചിര്ന്നത്. അന്തിയോളം പ്രാരാബ്ധങ്ങള്ടേം, പുല രുവോളം മനസ്സിന്റീം ആന്തലുമായി എന്റെ ഇളം പൈതല് എത്രകാലം നീന്തി..... കണ്ടും അറിഞ്ഞും കൊട്ത്ത ഭഗവതി ഇനി പരീക്ഷിക്കില്ല, കേട്ടോ...... പൈതങ്ങളേ....." അഖിൽ ഉരിയാടാനാവാതെ തരിച്ചിരുന്നു. ചുണ്ടുകൾ തുന്നിച്ചേർത്ത്, തൊണ്ടയിൽ വാക്കുകൾ കുരുങ്ങി. ഇത് സത്യം തന്നെയോ?

അഖിലിന്റെ മൗനത്തിൽ അസഹിഷ്ണുത പൂണ്ട് ഭഗവതി തലയിളക്കി മൊഴിഞ്ഞു.

"കണ്ടും അറിഞ്ഞും ഭഗവതി തന്നില്ലേ.... ഇല്ലേ?"

ആ കണ്ണുകളിൽ നോക്കി തലയിളക്കണമായിരുന്നു. പക്ഷേ, അഖിലിന്റെ മനസ്സിൽ അമർഷത്തിന്റെ ലാവയാണ് പൊട്ടിയത്. ഇക്കണ്ടകാലമത്രയും തന്റെ കുടുംബം സഹിച്ച അനീതിയും യാതനയും ഒന്നുംതന്നെ ഭഗ വതി അറിഞ്ഞില്ലേ?

ഏതാനും നിമിഷങ്ങൾക്കു ശേഷം തരിപ്പിൽ നിന്നുണർന്ന് അഖിൽ മെല്ലെ പുസ്തകം മറിച്ചു നോക്കി. "ഭഗവതിപ്പൊന്ന്" അവൻ സ്വപ്നം കണ്ട അതേ പുസ്തകം കെട്ടിലും മട്ടിലും അണിയിച്ചൊരുക്കിയിരിക്കുന്നു. ജീവൻ വെച്ച അവന്റെ കഥകളടങ്ങിയ പുസ്തകം. അവൻ പൊതി തുറന്നു നോക്കി. ഭഗവതിക്കോട്ടത്തിലെ വിഗ്രഹത്തിൽ കണ്ട ഏതാനും ആഭരണങ്ങൾ. ഭഗവതിയെ തൊഴുമ്പോഴൊക്കെ സരസ്വതിയുടെ ഒഴിഞ്ഞ കഴുത്ത് ഓർമ്മ വരാറുള്ളതുകൊണ്ട് അവൻ ആ ആഭരണങ്ങൾ ശ്രദ്ധി ച്ചിരുന്നു. മനസ്സിൽ അവയുടെ കനലടങ്ങാത്തതുകൊണ്ടാണ് ചെന്താമ രാക്ഷനും അബുവും എന്ന കഥാപാത്രങ്ങളെ വിട്ട് അവ മോഷ്ടിക്കാ നുള്ള പദ്ധതി തയ്യാറാക്കിയത്. അവർക്കുമുണ്ടല്ലോ വീട്ടിൽ ചെറുപ്പക്കാ രികൾ, ഒരു തരി പൊന്നില്ലാതെ. അവരും ഈ നാടിന്റെയും ഭഗവതിയു ടെയും സന്തികൾ തന്നെയാണല്ലോ. ന്റെ ഭഗവതീ..... ഇനി ചെന്താമരാ ക്ഷനും അബുവും ശ്രീകോവിലിനകത്തെങ്ങാനും കടന്നുകാണുമോ? പൊന്നെടുത്താൽ പൊലീസ് നായ വരില്ലെ? വിരലടയാളം കാണില്ലെ? ഈ കഥയ്ക്ക് എങ്ങനെയാണൊരവസാനം?

അഖിലിന്റെ മുഖത്തെ വെപ്രാളം വായിച്ചിട്ട് ഭഗവതി ഉറക്കെയുറക്കെ ചിരിച്ചു. കാലിലെ തരിവളകൾ കിലുങ്ങുന്നതിലും ഭംഗിയായി ചിരി നിർത്തി, ഭഗവതി ഉറപ്പിച്ച് പറഞ്ഞു.

"ഡോഗിന് മണക്കില്ല. സ്ക്വാഡിന് പരിസരബോധം വരില്ല. വിരല ടയാളം പതിയില്ല. പേടിക്കേണ്ട കേട്ടോ പൈതങ്ങളെ. ഇനിയങ്ങോട്ട് എല്ലാം ഇവിടുന്ന് നോക്കിക്കൊള്ളാം"

അരയോടയിൽനിന്ന് ധാരാളം മഞ്ഞൾപൊടി വാരിവിതറി, ഒരു

മഞ്ഞലയായി ഭഗവതി മറഞ്ഞു പോയി.

പിറ്റേന്ന് തൂങ്ങിപിടിച്ച മുഖവുമായി അഖിൽ ക്ലാസിലേക്കായി ഇറങ്ങിപ്പോയപ്പോൾ അമ്മയുടെ നെഞ്ചിൽ കനലുകൾ ആളാൻ തുടങ്ങി. ഈയിടെയായി ഇവന് ഉറക്കം തീരെ കുറവാണല്ലോ. രാത്രി വൈകുവോളം മുറിയിൽ വെളിച്ചം കാണാം. എന്തൊക്കെ കോപ്രായങ്ങളാണോ അടഞ്ഞ മുറിക്കകത്ത് നടക്കുന്നത്. നാരാണേട്ടനെ നിർബ്ബന്ധിച്ച് അഖിലിനെ ടൗണിലെ നല്ലൊരു ഡോക്ടറെ കാണിക്കണം.

അവന്റെ മുറി അടിച്ചു വാരാൻ ചൂലുമായി പോയപ്പോൾ നിലം നിറയെ മഞ്ഞൾക്കുറിയും ചെക്കിയുടെയും തുളസിയുടെയും ഇലകളും കണ്ട് സ്തബ്ധയായി നിന്ന അവരുടെ കാതിൽ അകലേക്ക് നീങ്ങുന്ന ഒരു തരിവളകിലുക്കം വന്ന് പതിഞ്ഞതായി തോന്നി.

ചിന്താഭാരത്തോടെ മേശപ്പുറത്തെ പുസ്തകങ്ങൾ അടുക്കി വെച്ചപ്പോൾ "ഭഗോതിപ്പൊന്ന്" അവരുടെ ദൃഷ്ടിയിൽനിന്നും മറഞ്ഞു നിന്നു.

ഒരു ബാലവേശ്യ ഉണ്ടാകാതിരിക്കുന്നതെങ്ങനെ?

ഉന്തുവണ്ടിയുടെ പിറകിൽ ചക്രങ്ങളുടെ വേഗത്തിനൊപ്പം ആഞ്ഞു പിടിക്കാൻ നോക്കിയപ്പോൾ നിരത്തിലെ കുഴികളിൽ കുടുങ്ങി സക്കീന യുടെ കാൽപ്പാദങ്ങൾ ഇടയ്ക്കിടെ ഇടറി. തടിച്ച ചന്തികൾ ചക്രങ്ങളുടെ താളത്തിനൊപ്പം തുളുമ്പിക്കൊണ്ടിരുന്നു. 'ഗോഡ്സ് ഓൺ റസിഡൻസി' എന്ന ബഹുനില കെട്ടിടത്തിനു മുന്നിലെ നിരത്ത് വളയുന്നിടത്ത് സക്കീ നയും വണ്ടിയും എത്തിക്കാണും.

ഉച്ചസ്ഥായിയിൽ അവളെ പിന്തുടർന്ന അലർച്ചയുടെ നേർത്തുവന്ന ശബ്ദം ഇപ്പോഴും ചെവികളിൽ ചിറകടിക്കുന്നുണ്ട്.

"ടീ...... നായിന്റെ മോളെ..... ഞ്ഞീ പോയ്ക്കോടീ കണ്ടോന്റൊപ്പരം. ഏത് പാതിരാത്രി വര്യാടി ഞാൻ ചെറ്റേന്റെ വാതിലടക്കാണ്ട് നിന്ന കാത്ത് നിക്കണ്ടെ?"

ഉമ്മയുടെ ആവർത്തിച്ചുള്ള ശബ്ദത്തിലെ കരുതലിന് സക്കീനയെ ഭൂമിയുടെ ഏതോ ഒരു ഭാഗവുമായി ബന്ധിപ്പിച്ചു നിർത്താനുള്ള ഒരു ജാഗ്രതാസന്ദേശമുണ്ട്. അവളുടെ സത്വം നിലനില്ക്കുന്നത് വെടി യുണ്ടകൾപോലെ ചീറിപ്പായുന്ന ഇത്തരം തെറിയഭിഷേകങ്ങൾക്കും അകത്തെ വൃത്തിഹീനതയ്ക്കു മുകളിൽ ഈച്ചയാർക്കുന്ന, തകരഷീറ്റു മേഞ്ഞ ഒരു കൂരയ്ക്കും ഇടയിലാണെന്ന ബോധം ഒരു മിന്നായം പോലെ തലയിലടിച്ചു.

ഭ്രാന്ത് കെട്ടടങ്ങിയ അപൂർവ്വം ചില നേരങ്ങളിൽ തന്റെ തലയിലെ ചീക്കുകൾ വേർപെടുത്തി ഈരും പേനും നുള്ളിക്കളഞ്ഞ് എണ്ണതേച്ചു പിടിപ്പിച്ച് ശാസിക്കുന്ന ഉമ്മയുടെ ചിത്രം ചെറ്റവാതിലടയ്ക്കാതെ അവൾക്കുവേണ്ടി കാത്തിരിക്കുന്ന മാതൃസ്പർശമായി അവളിൽ അല യടിച്ചു. കാലടികൾക്കിടയിലെ മണ്ണിനും മനസ്സിലെ സ്വപ്നത്തിനും ഇടയ്ക്ക് എവിടെയോ ഒരു മറ തട്ടിനിന്നു.

വണ്ടി ഉന്തി നീങ്ങിയ സുമുഖനായ ഒരു ബംഗാളി പയ്യന്റെ തുടുത്ത മുഖത്തിനു ചുറ്റും അവൾ നെയ്യാൻ തുടങ്ങിയ സ്വപ്നത്തിന്റെ വല പലയിടത്തും പൊട്ടി. തലയ്ക്കകത്ത് ഒരു വണ്ട് മൂളിയുണർന്ന് പറക്കാൻ തുടങ്ങിയതും പെരുക്കം അനുഭവപ്പെട്ടു. പെട്ടെന്ന് സക്കീനയുടെ മനസ്സിന്റെ സമനില തെറ്റി. വെറുപ്പിന്റെയും വിദ്വേഷത്തിന്റെയും കൊടുങ്കാറ്റിൽ കടപുഴകി വീഴുന്ന ഒരു വലിയ വൃക്ഷത്തിന്റെ ശാഖകൾ ഉലയുന്നതുപോലെ വായിൽനിന്നും തെറിച്ചുവീണ വാക്കുകൾ അവളുടെ വരുതിയിലല്ലായിരുന്നു.

"ടാ.... നായിന്റെ മോനെ..... നിനക്ക് എന്നെ എന്താ ചെയ്യേണ്ടേന്ന്ച്ചാൽ ചെയ്യാൻ ഇത്രേം ദൂരം വലിച്ചോണ്ട് പോണോ? എനക്ക് കാല്യോള് വേദനിക്ക്ന്ന്. വേം ചെയ്തീറ്റ്..... ന്റെ പൈസീം തിന്നാനൂങ്ങ് തന്നിറ്റ് എന്നെ ബ്ട്... ന്നോടല്ലെ പറഞ്ഞെ നായെ.... ഥൂ..."

കടിച്ചു പിടിച്ച പല്ലുകൾക്കിടയിലൂടെ അവൾ രോഷം തുപ്പിയപ്പോൾ ഇറുകിയ വസ്ത്രത്തിനടിയിൽ അവളുടെ മുലകൾ ഒന്നു കൂടെ മുഴുത്തു.

കൊടുക്കാമെന്നേറ്റ പാൻപൂരിക്ക് ധൃതിയായിട്ടോ. അതോ പത്തു രൂപ പോരാഞ്ഞിട്ടോ, എന്താണിവളിങ്ങനെ? അവന്റെ പേന്റ്സിന്റെ പോക്കറ്റിൽനിന്നും പേഴ്സെടുത്ത് മറ്റൊരു പത്തു രൂപ കൂടെയുണ്ടെന്ന് ഉറപ്പുവരുത്തി. പകുതിനിറഞ്ഞ പാൻപൂരിയുടെ ചില്ലുഭരണിയിലേക്ക് സംതൃപ്തിയോടെ നോക്കി.

പയ്യൻ പെട്ടെന്നുണ്ടായ പരിഭ്രമത്തിൽ മനസ്സിന്റെ സന്തുലിതാവസ്ഥ വീണ്ടെടുക്കാൻ പാടുപെട്ട് സക്കീനയെ നോക്കി ചിരിച്ചു. സുന്ദരമായ ആ മുഖത്ത് നിലാവിന്റെ മിന്നായം കണ്ട് മുഖമുയർത്തി അവൾ ആകാശത്തേക്കു നോക്കി. പാതി മുറിഞ്ഞ ഒരു നിലാവും അരികത്തൊരു നക്ഷത്രവും. അതവനും അവളുമാണെന്ന് തോന്നി. നഗരത്തിന്റെ അതിർത്തിയിൽ തട്ടുകട നടത്തുന്ന അപ്പ തിരിച്ചുവരുമ്പോൾ ചിലപ്പോൾ തങ്ങൾക്കു വീതം വെച്ചു കിട്ടുന്ന അരിപ്പത്തലിന്റെ കഷണം പോലുള്ള നിലാവ്. അതിൽ പതഞ്ഞ് മുഴച്ചുനില്ക്കുന്ന സവാളത്തുണ്ടുകളും ജീരകത്തരികളും നിലാവിന്റെ കളങ്കങ്ങളായി അവൾ സങ്കല്പിച്ചു.

നിലാവിന്റെ അനുനയത്തിൽ തലയിലെ മൂളക്കം അടങ്ങി. അവൾ പയ്യനെ നോക്കി ഹൃദ്യമായി ചിരിച്ചു. 'ഗോഡ്സ് ഓൺ റസിഡൻസി' യിലെ എട്ടാം നിലയിലെ കിടപ്പുമുറിയുട ജനൽപ്പാളികളിലൊന്ന് മിസിസ്സ് അരുണിമ രഘുനാഥ് പതുക്കെ തുറന്നു. താഴത്തെ നിരത്ത് വളയുന്നിടത്തെ ട്യൂബിന്റെ പ്രകാശത്തിൽ കണ്ട പെൺകുട്ടിയുടെ പിന്നിലെ വലിയ ചന്തികളുടെയും കൂടെയുള്ള ഉന്തുവണ്ടിയുടെയും മിന്നായം പോലുള്ള ദൃശ്യം സക്കീനയുടേതാണെന്ന് അവളറിഞ്ഞു.

നേർത്ത നിലാവെളിച്ചത്തിൽ തെളിഞ്ഞ നിഴൽ വിരിച്ച നിരത്തിലേക്കും ഓരത്തെ കുടുസ്സു പീടികകളിലേക്കും അവയ്ക്കിടയിൽ ഞെരുങ്ങി നിന്ന സക്കീനയുടെ കൂരയിലേക്കും, നിരത്തിന്റെ തിരച്ചിൽ കഴിഞ്ഞുള്ള കലാദർപ്പണയുടെ കെട്ടിടത്തിലേക്കും കുറേനേരം മാറി

നോക്കി നിന്നപ്പോൾ എന്തുകൊണ്ടോ അരുണിമ അസ്വസ്ഥയായിരുന്നു.

നഗരത്തിലെ സിനിമാശാലകളിൽനിന്ന് ജനം രണ്ടാമത്തെ പ്രദർശനം കഴിഞ്ഞ് പുറത്തു കടക്കും മുമ്പ് ബസ്സ്റ്റാൻഡിന്റെയോ റെയിൽവേസ്റ്റേഷന്റെയോ മറവിൽ അവൻ അവളെ എന്തൊക്കെ ചെയ്തു കൂടെന്നില്ല.

അരുണിമ താക്കോൽ പഴുതിലൂടെ ഏകദേശം സക്കീനയുടെ പ്രായം മതിക്കുന്ന തന്റെ മകളുടെ മുറിയിലേക്ക് ഹൃദയമിടിപ്പോടെ നോക്കി. അവൾ കൂർക്കം വലിച്ചുറങ്ങുന്നു. മൊബൈൽ ഫോൺ ഇറുകെപ്പിടിച്ച് മറ്റേ കൈയും കാലുകളും വിരിച്ചിട്ടുമാണ് അവളുറങ്ങുന്നത്. ഉറങ്ങുന്നതിനു മുമ്പ് അവൾ ആരോടെങ്കിലും ഫോണിൽ കിന്നാരം പറഞ്ഞുകാണുമോ? ഉറങ്ങാൻ നല്ലൊരു മുറി. മുകളിൽ കറങ്ങാനൊരു ഫാനും, മുരളാനൊരു എ സിയുമുള്ളതുകൊണ്ടും എല്ലാവരോടും മയത്തിൽ പെരുമാറുന്നതുകൊണ്ടും മാത്രം സക്കീന ചെയ്യുന്നതൊന്നും അവൾ ചെയ്യില്ലെന്ന് എന്താണിത്ര ഉറപ്പ്? ഈ സൗഭാഗ്യങ്ങളും സുരക്ഷിതത്വവും ജീവിതത്തിലില്ലാത്ത, ചെയ്ത കുറ്റത്തേക്കാൾ എത്രയോ മടങ്ങ് പഴി കേൾക്കാൻ വിധിക്കപ്പെട്ട സക്കീനയെ ഓർത്ത് അരുണിമ ഹൃദയം കൊണ്ട് കരഞ്ഞു. ചിലർക്ക് ജീവിതത്തിൽ ദുഃഖം അങ്ങനെയാണ്. കണ്ണുകളിൽക്കൂടെ വരേണ്ട കണ്ണുനീർ ഹൃദയത്തിലൂടെ വാർന്നൊഴുകും. അവർ സ്വന്തം വ്യഥ മറ്റുള്ളവരെ അറിയിക്കാതെ അനുഭവിച്ച് തീർക്കുന്നു. ശബ്ദംകൊണ്ടും കണ്ണുകൊണ്ടും കരയുന്നവർ മറ്റുള്ളവരുടെ സ്നേഹവും സഹതാപവും പടിച്ചുപറ്റുന്നു.

വണ്ടി ചക്രങ്ങൾ നിരത്തിലെ കുഴികളിൽ വീഴുമ്പോഴുള്ള ചെറുകിടുക്കങ്ങളിൽ ബംഗാളിപ്പയ്യന്റെ കൈ മുട്ടുകൾ സക്കീനയുടെ കോട്ടൺ ടോപ്പിൽ ഇറുക്കി വെച്ച മുലകളിൽ തട്ടും. തുടരെയുള്ള സ്പർശത്തിൽ അവളുടെ ഇന്ദ്രിയങ്ങളിലൂടെ ഏതോ ഒരു സുഖം പാഞ്ഞുണർന്നു. ദേഹത്തിലെ ഓരോ രോമകൂപങ്ങളുടെയും കവാടങ്ങൾ ആർക്കോവേണ്ടി തുറന്നിട്ടതുപോലെ സക്കീനയ്ക്ക് തോന്നി.

"ഇക്ക..." അവൾ ആർദ്രമായി വിളിച്ചു.

"എനക്കൊര് പത്തുറൂപ്യതര്വോ?"

താനാദ്യമേ വാക്കുകൊടുത്തത് ഇവളിത്ര വേഗം മറന്നോ?

"ഇക്കാന്റെ വണ്ടീലെ മുട്ടായീം കോൺ ഐസ്ക്രീമും മേങ്ങിത്തിന്നാനാ."

"നിനക്ക് ഞാൻ റണ്ടും തരും. പിന്നെ പാൻ പൂരീം പത്തുറുപ്യേം തറും." അവൻ ശുദ്ധിയില്ലാത്ത മലയാളത്തിൽ പറഞ്ഞു.

പിന്നൊന്നും മിണ്ടാതെ അവൾ ബസ്സ്റ്റാൻഡിനുനേരെ നീങ്ങി.

സക്കീനയുടെ വീടിനു ചുറ്റുമുള്ള മാന്യ കുടുംബങ്ങൾ വീടുകളിലെ അടഞ്ഞ വാതിലുകൾക്കുള്ളിലാവുമ്പോൾ, കയറ്റിയിട്ട ബസുകളുടെ മുരൾച്ച നിലച്ച ബസ്സ്റ്റാൻഡിന്റെ ഇരുളിലും മറവിലും സക്കീനയും അവനും.....

അതോർത്തുകിടന്ന അരുണിമയ്ക്ക് അന്നു രാത്രി ഉറക്കം വന്നില്ല. പിറ്റേന്ന് രാവിലെ ഉറക്കച്ചടവുള്ള മുഖവുമായി അരുണിമ താഴെ, സക്കീനയുടെ കൂരിയിലേക്കുള്ള ആകാശക്കാഴ്ചക്കായി ജനാല തുറന്നപ്പോൾ കിട്ടിയത് അടുക്കളപ്പുറത്ത് മുറ്റിവളർന്ന തേവിടിശ്ശി പൂക്കുലകളിൽ പാറി നടന്നിരുന്ന പൂമ്പാറ്റകളുടേയും പിന്നാലെ വലിയൊരു പൂമ്പാറ്റയായി പായുന്ന സക്കീനയുടേയും ദൃശ്യങ്ങളാണ്. ചിറകടിച്ച് ഒരു പൂമ്പാറ്റ മേലേക്ക് പറന്നപ്പോൾ വർണ്ണാഭമായ ഒരു പടത്തിന്റെ സ്വപ്നം സക്കീനയുടെ മനസ്സിൽ വിടർന്നു. പീടികകളിൽ തൂക്കിയിട്ട പട്ടം മാത്രമേ അവൾ കണ്ടിട്ടുള്ളൂ.

ഉമ്മയുടെ കുട്ടിക്കാലത്ത് ഒരു വലിയ വെളിമ്പറമ്പിന്റെ ഓരത്തെ കുടിലിൽ താമസിച്ചപ്പോൾ പട്ടങ്ങൾ പറപ്പിച്ച് നടന്നത് അവൾ ഉമ്മയിൽ നിന്ന് കേട്ടിട്ടുണ്ട്. പൂമ്പാറ്റകളെ സക്കീനയ്ക്ക് ജീവനാണ്. മാതൃഭൂമി ആഴ്ചപതിപ്പിൽ വരുന്ന ഡോ. അബ്ദുള്ളപാലേരിയുടെ പൂമ്പാറ്റകളെപ്പറ്റിയുള്ള കുറിപ്പുകളുടെ ഒരു ചെറുശേഖരം സക്കീനയ്ക്കുണ്ട്. നിരത്തോരത്തെ ഹോട്ടലിലെ സുമേശൻ ബാക്കി വന്ന പൊറോട്ടയും കറിയും പൊതിഞ്ഞു കൊടുത്തപ്പോഴാണ് അവൾ എണ്ണമെഴുക്കിലും കറിയിലും കുതിർന്ന ഒരു പൂമ്പാറ്റയുടെ ദയനീയ ചിത്രം ആദ്യം കണ്ടത്. പിന്നെ അവൾ സൂക്ഷിച്ചു.

ടൗണിൽ പോയി വന്ന അരുണിമ യാദൃച്ഛികമായി സക്കീനയുടെ തൊട്ടുമുന്നിൽ ഓട്ടോ ഇറങ്ങിയപ്പോഴാണ് ആദ്യമായി മുഖാമുഖം കാണുന്നത്.

“സക്കീനയല്ലേ?” ഏതാണ്ടൊരൂഹം. മനസ്സിലൊരുറപ്പ്.

“അതേ, എന്നെ കണ്ടാ തിര്യോ?”

“ഇതെന്ത് ചോദ്യാ സക്കീനെ, ഞാൻ അട്ത്തന്നല്ലെ താമസം. ഇതാ അവിടെ.”

അരുണിമ ‘ഗോഡ്സ് ഓൺ റസിഡൻസി’യിലെ എട്ടാം നിലയിലേക്ക് കൈചൂണ്ടി.

“അയ്യോ, ഇത്ര പൊക്കത്തിലോ?”

നിലാവ് മറഞ്ഞ മാനത്തേക്ക് നോക്കിയപ്പോൾ ഉച്ചവെയിലിൽ സൂര്യരശ്മികൾ മഞ്ഞയും ഓറഞ്ചും നിറത്തിലുള്ള പൂമ്പാറ്റകളായി ആകാശത്തേക്ക് പറന്നു. വിടർന്ന കണ്ണിൽ ഒരു പൂമ്പാറ്റയെ കണ്ട് ഇവളൊരു സുന്ദരിയാണല്ലോ എന്ന് അരുണിമ വിചാരിച്ചു. അപ്പോഴാണ് കൈയിൽ പാതികടിച്ച ഒരു മഞ്ച് കണ്ടത്.

“കൈയില് മുട്ടായീണ്ടല്ലോ. ചെറുകുട്ട്യാ മിഠായി തിന്നാൻ?”

“ഇത് അപ്രത്തെ പീട്യേലെ ഇക്ക തന്നതാ.”

“പീട്യേലൊന്നും പോയി ഒന്നും ചോദിച്ചു വാങ്ങല്ലേ...”

“ഞാനൊന്നും ചോയിച്ചില്ലേ, ഈ ഇക്ക, ന്നെ രാവിലെ കൈകാട്ടി വിളിച്ചുതന്നതാ. ഇന്നലേം തന്നൂ.”

മഞ്ചിന്റെ മധുരംപോലെ അവൾ ഇളകി ചിരിച്ചു.

പകലിന് കൈകളുണ്ടെന്ന് സക്കീന ഓർമ്മവെച്ച നാൾ മുതൽ അറിഞ്ഞതാണ്. അവ നീട്ടിത്തരുന്ന മധുര പലഹാരങ്ങൾ, വാട്ടിയ ഇലകളിലോ പ്ലാസ്റ്റിക് കണ്ടെയ്നറുകളിലടച്ചോ തരുന്ന ഭക്ഷണം, കൂരയുടെ വാതിൽ നീക്കി ഏതെങ്കിലും കൈകൾ മേശപ്പുറത്തു വച്ച് പിൻവാങ്ങുന്ന സദ്യയുടെ ഒരു പങ്ക്. പകൽ കൈകൾ ദയാവായ്പോടെ നീട്ടിത്തരുന്ന അവ, ബോധമുള്ള നേരങ്ങളിൽ ഉമ്മ വീതം വെച്ച് മക്കൾക്ക് വിളമ്പിവെക്കും. ഇല്ലാത്തപ്പോൾ അവ വാരിതിന്നുകയോ കൊട്ടിക്കളയുകയോ ചെയ്യും.

"പോട്ടെ. ഇനി ആരുടെ കൈയീന്നും ഒന്നും ചോദിച്ചുവാങ്ങി തിന്നരുത്."

അരുണിമ സക്കീനയുടെ കൈ പിടിച്ചു.

"ഇല്ലിത്താത്ത. ഇനി മേങ്ങിത്തിന്നൂല. ഇത്താത്ത മേങ്ങിത്തരോനിക്ക് മഞ്ച്?"

"ആദ്യം നല്ല കുട്ടിയാവ്. പിന്നെ മഞ്ച്."

"ഇത്താത്ത കാണാൻ നല്ല മൊഞ്ചുണ്ടിത്താത്താ..."

സക്കീനയുടെ കണ്ണുകളിൽ സ്നേഹത്തിന്റെ നനവ്. സ്നേഹത്തിന്റെ കണ്ണുകൾക്ക് മാത്രം ചികഞ്ഞെടുക്കാൻ കഴിയുന്ന ആന്തരിക സൗന്ദര്യമാണ് ഈ കുട്ടി തന്നിൽ കണ്ടിരിക്കുന്നത്. അരുണിമ സുന്ദരിയാണെന്ന് ആരും പറയാറില്ല.

ഈ കുട്ടിയുടെ ശരീരമാണോ ചീത്തയായതെന്ന് നാട്ടുകാർ കൊട്ടിഘോഷിക്കുന്നത്. ചീത്തയാവാത്ത ഒരു മനസ്സുണ്ടിവൾക്ക്. അവളുടെ മനസ്സ് ചീത്തയാവും മുമ്പേ ശരീരത്തെ രക്ഷിക്കണം.

കലാദർപ്പണയുടെ ഗേറ്റിലൂടെയോ ജനലിലൂടെയോ പാളിയുള്ള നോട്ടങ്ങളിൽ കിട്ടുന്ന ചിലങ്കകെട്ടിയാടുന്ന ഏച്ചിമാരുടെ ദൃശ്യങ്ങളിൽ സക്കീനയുടെ മനസ്സിൽ വർണ്ണഭംഗിയുള്ള പൂമ്പാറ്റകൾ പാറി തുടിക്കും. മുഖത്ത് നിലാവുദിക്കും. പുറത്തിറങ്ങുന്ന ഏച്ചിമാരെ നോക്കി സക്കീനയും അനുജൻ സുഹൈലും ചിരിക്കും. കുശലങ്ങൾ ചോദിക്കും. പലപ്പോഴും കാഡ്ബറി, മഞ്ചെന്നൊക്കെപ്പറഞ്ഞ് പൈസക്ക് കൈനീട്ടും. ചിലർ സഹാനുഭൂതിയോടെ കൊടുക്കും. ചിലർ സ്നേഹത്തോടെ ഒരു ചിരിയോ തോളിലൊരു കൈ സ്പർശമോ മാത്രം സമ്മാനം. ആരെങ്കിലും ദേഷ്യത്തോടെ കണ്ണുരുട്ടുകയും ആട്ടുകയും ചെയ്താൽ അവളുടെ തലയിലെ വണ്ട് മുരണ്ട് തുടങ്ങും. സമനിലതെറ്റുകയും, വായിൽനിന്ന് തെറിക്കുന്ന വാക്കുകൾ അവളുടേതല്ലാതാവുകയും ചെയ്യും.

"ഇനിക്കെന്താ പൈസതന്നൂടെ. ഓളൊര് പത്രാസ്, എന്റെ മേത്ത് തൊടാൻ ബിട്ടാ ഇക്കാമാര് എത്ര പൈസ തരൂന്നറ്യോ. ഫാ കൂത്തിച്ചി മോളെ, കള്ള സുബറെ."

ഇത്തരം വാക്കുകളെ മൈൻഡ് ചെയ്യാതെ പോയാൽ പോക്കറ്റിൽ കരുതിയ കല്ലുകൾ അവർക്ക് നേരെ എറിയും. കലാദർപ്പണയുടെ ജനലുകളും ലൈറ്റുകളും അങ്ങനെ പലതവണ തകർന്നിട്ടുണ്ട്. പൊലീസിൽ

പരാതി പോയിട്ടുണ്ട്. പൊലീസിനെ കണ്ടാൽ ഉമ്മയ്ക്കും മക്കൾക്കും ഒരു കൂസലുമില്ല. പൊലീസിനോട് അവൾ ചിരിക്കും. കുശലം പറയും. വലംകൈപൊക്കി തള്ളവിരൽ ചലിപ്പിച്ച് നിറചിരിയോടെ

"ഞങ്ങക്ക് പൊലീസിനെ പേടീല്ലല്ലോ. ഞങ്ങളെ ഒന്നും ചെയ്യില്ലല്ലോ." എന്നാണ് കുട്ടികൾ പറയാറ്.

ചില വീട്ടമ്മമാർ അവർക്ക് മുന്നിൽ ഗേറ്റുകൾ തുറന്നിടും. മുട്ടായിയും മധുരപലഹാരങ്ങളുമായി ആർദ്രതയുടെ പകൽ കൈകൾ അവൾക്കുനേരെ നീളും. നല്ല നേരങ്ങളിൽ അനുജൻ അവളെ സ്നേഹത്തോടെ ഇത്താത്തയെന്ന് വിളിച്ചു. മുന്നിൽ വാതിൽ തുറന്നവരോട് അവർ കളിച്ചും ചിരിച്ചും സ്നേഹം പങ്കിട്ടു. അതടച്ചവരോട് കല്ലുകളെറിഞ്ഞ് പകരം വീട്ടി. ഗോഡ്സ് ഓൺ റസിഡന്റ്സിലെ പല ഫ്ളാറ്റുകൾക്കും കിട്ടി ആ വകയിൽ കല്ലേറുകൾ. പീടികകളടഞ്ഞാൽ നിരത്തിലോടുന്ന വാഹനങ്ങൾക്കുമുണ്ട് അവയുടെ വീതം. ഉറക്കമില്ലാതെ അകത്തിരിക്കുന്ന ഉമ്മ മക്കളെ പ്രോത്സാഹിപ്പിക്കും.

"അദാ, ദാ, റോട്ട്മ്മ കാറ്. അദങ്ങെത്ത്യല്ലോ. നീട്ടി എറ്യാടാ ഹറാം പിറന്നോനെ. നിന്റെ കൈക്കെന്താ വാതം പിടിച്ചീനോ, അദാ, പിന്നീം, ഒന്ന് ബേം എറ്യടാ."

അപാരമായ ഉന്നമാണ് അനുജൻ സുഹൈലിന്. പകലന്തിയോളം കിട്ടുന്ന ഉരുളൻ കല്ലുകൾ അവൻ കൂരയുടെ മൂലക്ക് പെറുക്കിക്കൂട്ടും.

തമാശയ്ക്കും ഉത്സാഹത്തിനും വേണ്ടിയുള്ള കളികൾ തീർന്നാൽ ചിലപ്പോൾ സക്കീനയുടെ ശരീരഭാഷ മാറും. അവൾ അനുജന്റെ നേരെ ചീറ്റും. ഇതാണ് ഇപ്പോൾ ചേച്ചിയോടൊപ്പമുള്ള കളി എന്നവൻ മനസ്സിലാക്കും. ചീറുമ്പോൾ സെക്കീന തെറിയഭിഷേകം തുടങ്ങും. കളിമാറിയ ഉത്സാഹത്തിൽ ചേച്ചിയുടെ കളി അവനും പങ്കുവെക്കും. തെറിയുടെ ഭാണ്ഡകെട്ടഴിക്കും. രണ്ടുപേരും കൂടെ മുന്നിൽ തുറക്കാത്ത വാതിലുകൾക്കു നേരെ കല്ലുകളെറിയും. രാത്രികളിൽ മതിൽ ചാടിക്കടന്ന് മുറ്റത്തെ കാറുകളിന്മേൽ കല്ലുകൊണ്ട് കോറിയിടും. പുറത്തെ വെള്ളത്തിന്റെ ടാപ്പുകൾ തുറന്നിടും. ചേച്ചിയുടെ എല്ലാ കളികളിലും പങ്ക് പറ്റിയ സുഹൈൽ അങ്ങനെയാണ് അവളുടെ രാത്രിസഞ്ചാരങ്ങൾക്ക് കൂട്ടുനില്ക്കാൻ തുടങ്ങിയത്.

രാത്രിയുടെ ഒരു കൈ അടച്ചിട്ട ചായപ്പീടികയുടെ മറവിൽനിന്ന് സക്കീനയെ മാടിവിളിച്ചു. നറുനിലാവിൽ കുളിച്ച വിജനമായ നിരത്തിൽ തൊട്ടും പാഞ്ഞും കളിക്കുകയായിരുന്നു അവളും അനുജനും.

"ഇത്താത്തയെ ആരോ വിളിക്കണ്. പോ ഇത്താത്ത. ഒരു പത്തുറുപ്യ എനിക്കും തരണേ."

സുഹൈൽ അവളെ നിർബ്ബന്ധിച്ച് ആ കൈയുടെ അടുത്തേക്ക് വിട്ടു. നിലാവിൽ കുളിച്ച് ചായപ്പീടികയിലെ രാമുവും സക്കീനയും നടന്ന് നീങ്ങിയപ്പോൾ രാമു അവളോട് ചോദിച്ചു.

"സക്കീനെ ഞാൻ നിന്നെ ഈ പൊട്ടസ്ഥലത്ത്ന്ന് കൊണ്ടുപോട്ടെ?"

“ഓ. പക്കെ ആട പൂമ്പാറ്റീം നെലാവുണ്ടാവണം.”

“ആട നെലാവ് ഒന്നല്ല. മൂന്നാലെണ്ണോണ്ട്. പൂമ്പാറ്റകള് നക്ഷത്രങ്ങളെ പോലെ നെറച്ചും.”

സക്കീനയുടെ ബോധം സ്വപ്നസദൃശമായ ഒരു കാഴ്ചയിലേക്ക് മറഞ്ഞുതുടങ്ങിയതിനാൽ അവൾ അവനോട് ചേർന്ന് നടന്നുതുടങ്ങി. ബസ്സ്റ്റാന്റിലെത്തിയപ്പോൾ രാമു അവളെ വെയിറ്റിങ് ഷെഡ്ഡിലെ ബഞ്ചിലേക്ക് നയിച്ചു. ഷർട്ടിന്റെ പോക്കറ്റിൽനിന്ന് രണ്ട് പത്തുരൂപാ നോട്ടുകളെടുത്ത് വിറപ്പിച്ചുകാട്ടി. തൂണുകളിൽ തട്ടി തെറിച്ച് നിലാവെളിച്ചത്തിൽ അവ തിളങ്ങിയപ്പോൾ സക്കീന ആഹ്ലാദത്താൽ കൈയടിച്ച് തുള്ളിച്ചാടി. നോട്ടുകൾ മടക്കി, സക്കീനയുടെ ടോപ്പിനുള്ളിൽ വയ്ക്കാനാഞ്ഞപ്പോൾ വന്നുകയറിയ ശക്തിയോടെ അവൾ രാമുവിനെ ഉന്തി തെറിപ്പിച്ചു. അവൻ അന്തിച്ചു നില്ക്കെ അവൾ ഉറഞ്ഞുകൊണ്ട് ചീറിപ്പാഞ്ഞു.

ഗോഡ്സ് ഓൺ റെസിഡൻസിയിലെ, എട്ടാം നിലയിലെ രണ്ട് ജനൽപ്പാളികൾ അകാരണമായി അരുണിമ നിരത്തിലേക്ക് തുറന്നതും ചീറിപ്പായുമ്പോഴും ഇടയ്ക്കിടെ മേല്പോട്ടുനോക്കി നിലാവിനെ കൂടെ കൊണ്ടുനടക്കുന്ന ഒരു രൂപം കണ്ണിൽപ്പെട്ടു. അത് സക്കീനയാണെന്ന് തിരിച്ചറിഞ്ഞതും തൊണ്ടയിൽ കുടുങ്ങിയ നിലവിളിയോടെ ജനലുകൾ വലിച്ചടച്ചു. പിറ്റേന്നു രാവിലെ തുറന്ന ജനലിലൂടെ ആകാംക്ഷയോടെ അരുണിമ താഴേക്ക് നോക്കി.

ഇറുകിയ വസ്ത്രങ്ങളിൽ കോട്ടുവായ ഇട്ടുകൊണ്ട് സക്കീന പുറത്തെ പൈപ്പിനരികിൽനിന്ന് പതുക്കെ പല്ലുതേക്കുന്നു. രണ്ട് ദിവസം കഴിഞ്ഞ് അരുണിമയുടെ വീട്ടുവേലക്കാരി അവളോട് പറഞ്ഞു.

“ഏച്ചി അറിഞ്ഞില്ലേ, താഴത്തെ മാപ്ല കുടീലെ പൂരം. തൃശൂർ പൂരത്തിനേക്കാൾ വല്യ വല്യ വെടിക്കെട്ടാരുന്നു. രണ്ട് പയ്യന്മാർ പെണ്ണിന്റെ നഗ്നഫോട്ടോ എട്ത്ത്യോലും. തട്ട് കടേലെം ഇരട്ടകളില്ലേ, രമേശനും ദിനേശനും. അവരാന്നാ സൊകാര്യ സംസാരം. ഉപ്പവന്ന് രമേശന് കിട്ടി നല്ല തല്ല്. ദിനേശനെ കൈയീകിട്ടീല്ല. തല്ല്മ്പോ മക്കളെല്ലാം കൂടെ ഉര്ളങ്കല്ലെറിഞ്ഞ് ഉപ്പാനെ ഓടിച്ചു. പുളിച്ചതെറീം. എന്നോങ്കിലല്ലെ, ഓർക്ക് രാത്രി സർക്കീട്ട് പറ്റൂ. ചെലപ്പോ പാവം തോന്നും. അന്ന് എനിക്ക് ഏച്ചി പഴയ ആഴ്ചപതിപ്പോള് തന്നില്ലേ. ഞാനത് വീട്ടിക്കൊണ്ടോവ്മ്പൊ, തടഞ്ഞ് നിർത്തി ആ തലക്ക് സുകുല്ലാത്ത പെണ്ണ് പറ്വാന്, ഏച്ചീ അയ്ല് പൂമ്പാറ്റേന്റെ ചിത്രൂണ്ടെങ്കി തര്വോന്ന്. ഞാന്നോക്കി മൂന്നാലെണ്ണം കീറിക്കൊടുത്തു.”

അടുത്തൊരു ദിവസം രാവിലെ പാൽക്കാരന്റെ ഊഴമായിരുന്നു.

“മാഡം അറിഞ്ഞില്ലേ, ഇന്നലെ രാത്രീലത്തെ സക്കീനേന്റെ കുടീലെ ബഹളം. ഉപ്പ ബിരിയാണിം ചെമ്മീൻ ഫ്രൈയുമായി വന്വോലും. ചെക്കനാ ആദ്യം കണ്ടത്. കല്ലോണ്ടുള്ള ഏറും കൊടുങ്ങല്ലൂർ ഭരണിക്ക് പോലും കേൾക്കാത്ത തെറീം. അയാള് ഓടിയ ഓട്ടത്തിന് പുല്ല് മുളച്ചില്ല. ബിരിയാണിം ചെമ്മീൻ ഫ്രൈയും അകത്തും റോട്ടിലും. ഉമ്മ അക

ത്തിരുന്ന് കൈകാട്ടി ചിരിക്ക്യോം പാട്ട് പാട്യോം, തെറി വിളിക്ക്യേം. മറ്റേ മുറീല് രവീന്റെ പീട്യേല് സാധനോട്ത്ത് കൊട്ക്ക്ന്ന ചെക്കനാര് ന്ബോലും പെണ്ണിന്റെ കൂടെ. ആങ്ങളചെക്കൻ ഒന്നാം നമ്പ്ര് സാധനാ. പൈസ തന്നാ ഏച്ചീനെ കൊണ്ട്ത്തരാംന്ന് പറയ്യോലും. ഇങ്ങനെ വിട്ടാൽ ചെക്കൻ നല്ല ക്രിമിനലാവും. പെണ്ണ് പിന്നെ പറേണ്ടല്ലോ.....?"

പാൽക്കാരിലൂടെ, വീട്ടുവേലക്കാരികളിലൂടെ, പത്ര വിതരണക്കാരി ലൂടെ, മീൻകച്ചവടക്കാരിലൂടെ, അരുണിമ സക്കീനയുടെ കൂരയിലെ ഇതു വരെ അറിയാത്ത അകത്തളങ്ങളറിഞ്ഞു ഞെട്ടി.

അവൻ ക്രിമിനലും അവൾ വേശ്യയും ആകരുത്. എന്തെങ്കിലും ചെയ്തേ പറ്റൂ. പക്ഷേ, ഇതൊക്കെ നിയന്ത്രിക്കാൻ താനാരാണ്? എന്തു ചെയ്യണമെന്നറിയില്ല, എങ്ങിനെയെന്നും. എന്തോ ചെയ്യണമെന്നുമാത്രം അറിയാം. അതെന്താണ്? ഏതാണ്? ആ ചുറ്റുപാടിൽ നിന്ന് അവരെ കര കയറ്റാനുള്ള ശക്തി തനിക്ക് അശേഷമില്ലെന്ന് അവൾ അടിവരയിട്ടുറ പ്പിച്ചു. ആ നിമിഷം തന്നെയാണ് ജീവിതത്തിൽ എന്നെങ്കിലുമൊരിക്കൽ മാത്രം മിന്നിമറയുന്ന ഒരു ഊർജ്ജം അവളിലേക്ക് പ്രവഹിച്ചതും മനസ്സ് മന്ത്രിച്ചതും.

കാലത്തിനൊരു ഇന്ദ്രജാലമുണ്ട് എല്ലാം മാറ്റിമറിക്കുന്ന ഒരിന്ദ്രജാലം. ഉണ്ണുമ്പോഴും ഉറങ്ങുമ്പോഴും ജോലിക്കിടയിലും വായനയിലും സക്കീന കൂടെയുണ്ട്.

****** ****** ****** ******

ജനൽക്കാഴ്ചകളിലൂടെ കിട്ടുന്ന യാത്രയുടെ കൗതുകം, എ സിയുടെ ജനൽച്ചില്ലകൾ കൊട്ടിയടച്ച ഒരു പതിവു യാത്രയായിരുന്നു അതും. അടുത്ത ബന്ധുവിന്റെ രോഗാമ്പേഷണം കഴിഞ്ഞുള്ള തിരിച്ചുവരവ്, ഷൊർണ്ണൂർ ജങ്ഷനിലെത്തിയപ്പോൾ വായിച്ചിരുന്ന പുസ്തകത്തിൽ നിന്ന് അരുണിമ തലയുയർത്തി, അടുത്ത സീറ്റിലെ മദ്ധ്യവയസ്കയും. ഇവിടെ എത്തുമ്പോഴൊക്കെ റെയിൽവേയുടെ നാഡീഞരമ്പായ ഈ ജങ്ഷനിലെ പാളത്തിൽ കാണുന്ന മലമൂത്രക്കാഴ്ചയോർത്ത് ലജ്ജി ച്ചതും അരിശപ്പെട്ടതുമൊക്കെയാണ് മനസ്സിൽ വന്നത്. അപ്പോഴാണ് അവരെ മുഖാമുഖം കണ്ടതും പുഞ്ചിരിച്ചതും. എവിടെയോ കണ്ട മുഖമാണല്ലോ എന്ന് സംശയിച്ചപ്പോൾ പത്രത്തിലാവുമെന്ന് ഊഹിച്ചു. ജില്ലാ ജഡ്ജിയാണ്; അരുണിമയുടെ തൊട്ടടുത്ത പട്ടണത്തിലെയാണ് എന്നൊക്കെ കുശലങ്ങൾക്കിടയിൽ പറഞ്ഞപ്പോൾ മനസ്സിൽനിന്ന് സക്കീന ഓർമ്മിപ്പിച്ചു. ഇതു ചോദിക്കാൻ പറ്റിയൊരാൾ. മടിച്ചുമടിച്ചാണ് ആ കുടുംബത്തിന്റെ കാര്യം കൊണ്ടുവന്നിട്ടത്. തനിക്കിടപെടാൻ പറ്റുമോ കുഴപ്പമാകുമോ എന്നൊക്കെയുള്ള സംശയങ്ങൾക്ക് വഴിതെറ്റിപ്പോകു ന്നൊരു കുട്ടിയുടെ കാര്യത്തിൽ "എവരി സിറ്റിസൺ ഹാസ് ഗോട്ട് ദ റൈറ്റ് ടു ഇൻടർവീൻ" എന്ന ജഡ്ജിന്റെ ഉറച്ചവാക്കുകൾ തീക്ഷ്ണ പ്രകാശം ചുരത്തുന്ന ഒരു കുത്തുവിളക്കായി അവളിൽ തറഞ്ഞിറങ്ങു

കയും എണ്ണ വറ്റാത്ത തിരിനാളം പോലെ കത്തി നില്ക്കുകയും ചെയ്തു. അവർ അരുണിമയ്ക്ക് ചൈൽഡ് ലൈനിന്റെ ഡയറക്ടറായ ഫാദർ കുര്യന്റെ ഫോൺ നമ്പർ കൊടുത്തു. നിങ്ങളെപ്പോലെയുള്ള മനസ്സുകളെ കണ്ടെത്താനാണ് സമൂഹത്തിൽ പ്രയാസം. അതുള്ള സ്ഥിതിക്ക് ധൈര്യ മായി മുന്നോട്ടു പോവുക, തിരിച്ചു നടക്കരുത് എന്ന ഉപദേശങ്ങളും നിർദ്ദേ ശങ്ങളും കൊടുത്തു.

****** ****** ****** ******

“രഘൂ...”

ഒന്നു നിർത്തി പതുങ്ങിയുള്ള വിളികേട്ടാൽ രഘുനാഥിനറിയാം സാധാരണ വീട്ടുകാര്യങ്ങൾക്കുള്ള വിളിയല്ല അതെന്ന്. ഹൃദയത്തിൽ തൊട്ട മറ്റെന്തിനോവേണ്ടിയുള്ളതാണ്. സക്കീനയുടെ കുടുംബത്തിന്റെ ദൈന്യത മുഴുവൻ എടുത്തു കാട്ടി അവൾ സംസാരിച്ചു. ഇക്കാര്യത്തിൽ ഇടപെട്ടാലോ എന്നാലോചിക്കുന്നതായും പറഞ്ഞു. അനുവാദം ചോദി ക്കുകയല്ല, ഇതൊരറിയിപ്പായി പറയുകയാണ് എന്ന് രഘുനാഥനറിഞ്ഞു.

അത്ര താല്പര്യമില്ലാതെയാണ് അയാൾ മുഴുവൻ കേട്ടത്.

“നീ അത്രക്ക് ഇൻവോൾവ്ഡ് ആവണ്ട. വിട്ടേക്ക്. എത്ര പ്രാവശ്യം പൊലീസ് വന്ന കേസാ... എന്നിട്ടെന്തെങ്കിലും നടന്നാ.”

“ശരി സമ്മതിക്കുന്നു. പക്ഷേ, രഘു, അങ്ങനെ പറഞ്ഞാലെങ്ങന്യാ ഒര് കാര്യം നടക്വാ. പൊലീസിന് കല്ലേറും തെറിയും പേടി. ആണു ങ്ങൾക്ക് നാണം കെടാൻ പേടി. പെണ്ണുങ്ങളെ കേറിപ്പിടിക്കാൻ പോയീ ന്നാവും തലയ്ക്ക് വെളിവില്ലാത്ത അവർ പറയുക. അവരും ഭാര്യയും മക്കളുമുള്ളവർ തന്നല്ലേ?”

അല്പം പുച്ഛത്തോടെ അവൾ തുടർന്നു. “ഒരു കാര്യം നടന്നുകിട്ട ണമെങ്കിൽ എവിടെയെങ്കിലുമൊന്ന് തുടങ്ങണമല്ലോ.” അതു കഴിഞ്ഞ് മാത്രമാണ് ജഡ്ജിനെ കണ്ടതും സംസാരിച്ചതും അവരുടെ നിർദ്ദേശത്തെ കുറിച്ചുമൊക്കെ പറഞ്ഞത്.

“ശരി നടക്കട്ടെ.”

രണ്ടുവാക്കുകളിൽ രഘുനാഥ് ഉത്തരമൊതുക്കി. എന്തൊക്കെപ്പറ ഞ്ഞാലും അരുണിമയുടെ ഉൾചോദനകളെ വളരെയധികം മാനിക്കുന്ന ഒരാൾ തന്നെയാണ് തന്റെ ഭർത്താവെന്ന് അവൾക്ക് നന്നായി അറിയാം.

വളരെ ഗോപ്യമായും കണക്കു കൂട്ടിയുമാണ് അവൾ പിന്നെ ഓരോ നീക്കങ്ങളും നടത്തിയത്. നഗരത്തിൽ വലിയ കെട്ടിടങ്ങൾക്കിടയിൽ ഞെരുങ്ങി നില്ക്കുന്ന കൂരയിലെ ഒരസംഘടിത കുടുംബചിത്രം ദൈന്യ തയിൽ മുങ്ങിയ വാക്കുകൾ കൊണ്ടെഴുതി. അധികം കുറ്റപ്പെടുത്താതെ അവർ മറ്റുള്ളവർക്കും അയൽപക്കത്തെ കുട്ടികൾക്കും ഉണ്ടാക്കുന്ന ശല്യവും ചീത്ത സ്വാധീനവും എഴുതിച്ചേർത്തു. അവസാനമായി കുട്ടി കളുടെ ഭാവിയെക്കുറിച്ച് അവർക്ക് മാത്രമല്ല, മൊത്തം സമൂഹത്തിനുള്ള ഉത്തരവാദിത്വവും നന്നായി വരച്ചുകാട്ടി.

"മിസിസ്സ് രഘുനാഥ്, വെറുതെ വഴിയിൽ കിടക്കുന്ന മഴുവിനെ സ്വന്തം കാലിൽ വലിച്ചിടണോ? പൊലീസുകാര് തന്നെ തോറ്റ കേസാ ഇത്. കലാദർപ്പണക്കാർ അവസാനം കംപ്ലെയിന്റ് ചെയ്തപ്പോൾ അവർ പറഞ്ഞതെന്താണെന്നറ്യോ, ഓ ഈ കേസാണെന്നറിഞ്ഞിരുന്നെങ്കിൽ ഞങ്ങൾ വരികയേ ഇല്ലായിരുന്നു എന്നാണ്. മുമ്പൊരിക്കൽ മനുഷ്യാവകാശ കമീഷന് പോയതാ. സിറ്റിങ്ങിന് വന്നപ്പോൾ പരാതിയിൽ ഒപ്പിട്ട പീടികക്കാരടക്കം മുങ്ങി. അവരുടെ ഗ്ലാസോളും കുറെ പൊട്ടീട്ടെണ്ട്. ഇതൊക്കെ അതിന്റെ വഴിക്ക് മുറപോലങ്ങ് നടക്കും മേഡം."

"പ്ലീസ്. അങ്ങനെ എല്ലാവരും ഒഴിഞ്ഞാലോ. ഇപ്രാവശ്യം പൊലീസിലല്ല പരാതി പോകുന്നത്. ചൈൽഡ് ലൈവിലാ. കുറേക്കൂടെ സ്ട്രോംങാ. ഇത്ര നല്ല ആൾക്കാർ ചുറ്റും താമസിക്കുമ്പോൾ കണ്ടോണ്ടിരിക്കെ ഒരു പെങ്കുട്ടി നശിക്യോം മറ്റേത് ക്രിമിനലും ആകാന്നുവച്ചാൽ? ഇത് നമ്മള്ടെ കടമയാണ്. നമ്മളിത് ചെയ്യണം, ചെയ്തിരിക്കണം. ഒരാളും പറഞ്ഞൊഴിയരുത്."

അരുണിമയുടെ അവസാനത്തെ വാക്കുകളിൽ അല്പം ആജ്ഞാസ്വരമുണ്ടായിരുന്നു. നയിക്കാനൊരു സ്വരമുണ്ടെങ്കിൽ കൂടെനില്ക്കാൻ ആളുണ്ടാവുമെന്നത് ഒരു ലോകക്രമം മാത്രമാണ്.

അനുനയിക്കപ്പെട്ടതിന്റെ മൗനമാണ് പിന്നെ അവരിൽ കണ്ടത്. ഓർമ്മയുള്ളിടത്തോളം ഒരു കാര്യത്തിലും അരുണിമ ഇത്രയും വാശി കാണിച്ചിട്ടില്ല.

പിന്നെയവൾ റസിഡൻസിയിലെ പരിചയമുള്ളവരുടേയും അല്ലാത്തവരുടേയും വാതിലിൽ മുട്ടി കാര്യം ധരിപ്പിച്ച് ഒപ്പുകൾ വാങ്ങി. ഈയൊരു നീക്കം നടക്കുന്നുണ്ടെന്നറിഞ്ഞാൽ, ആ കുടുംബം അല്പം ദൂരെയുള്ള ബന്ധുവീട്ടിലേക്കോ മറ്റോ കടക്കുമെന്ന സംശയത്താൽ സംഗതി ആരോടും പറയരുതെന്ന് ശട്ടം കെട്ടി. പ്രത്യേകിച്ച് വന്ന് പോകുന്ന ജോലിക്കാരോട്, പാൽക്കാരനോട്, പത്രക്കാരനോട്, മീൻകാരനോട്. ഇത്രയും ചെയ്തപ്പോൾ അരുണിമ തളർന്നിരുന്നു.

മകൾ കൂട്ടുകാരിയുടെ പിറന്നാൾ പാർട്ടിയിലും രഘു ബിസിനസിന്റെ തിരക്കിലുമാണ്. ബോറടിക്കുന്നെന്ന് തോന്നി അരുണിമ ടി വി തുറന്നു. ഏഴരയ്ക്കുള്ള വാർത്തയിലെ വിവാദമാണ് സ്ക്രീനിൽ കത്തിക്കയറുന്നത്. ജോലിയിൽ നിന്നു വിരമിച്ച ഒരു ന്യായാധിപന്റെ വായിൽ നിന്നു വീണ "ബാലവേശ്യ" എന്ന പദം തളർന്നിരുന്ന അവളുടെ മനസ്സിൽ ഊർജ്ജത്തിന്റെ മുനകൾ കീറിക്കയറ്റി. നന്ദിയോടെയാണ് അദ്ദേഹം ആ ബാലികയെക്കുറിച്ച് സംസാരിച്ചത്. അനേകരാൽ പീഡിപ്പിക്കപ്പെട്ട് മരിച്ചുപോയ ബാലികയുടെ ക്ഷീണിതവും ശോഷിച്ചതുമായ മുഖത്തിനു പകരം ഓജസ്സും സൗന്ദര്യവും കുസൃതിത്തരവും നിറഞ്ഞ സക്കീനയുടെ മുഖം ഒരു ഞെട്ടലോടെ അരുണിമ ഓർത്തു. ബാലവേശ്യ എന്നത് ജനിക്കുമ്പോഴേ കൂടെപ്പോരുന്ന സ്വന്തം സ്വത്വത്തിന്റെ ഭാഗമാണോ? ചന്ദ്രശോഭയുടെ കളങ്കംപോലെ, പിനിനീർപ്പൂക്കൾക്കിടയിൽ കുലുങ്ങുന്ന

മുള്ളുപോലെ, സുന്ദരമായ വിടർന്ന കണ്ണിൽപ്പെട്ട കരടുപോലെയാണ് സക്കീനയെന്ന കുട്ടിയെ ചുറ്റുമുള്ള മാന്യന്മാർ കാണുന്നതെന്നവളറിഞ്ഞു. ബാലവേശ്യയാക്കാനുള്ള ഊടും പാവും നെയ്ത് അവൾക്കുചുറ്റും ഒരു സമൂഹം വലവിരിച്ച് കാത്തിരിക്കുന്നു. ഇനി വൈകരുത്. ഫാദർ കുര്യനെ ഫോൺ വിളിച്ച് നാളത്തെ കൂടിക്കാഴ്ച ഉറപ്പിക്കുക. ചെയ്യാവുന്നത് ചെയ്യുക.

രാവിലെ മുതൽ കറക്കിയിട്ടും ഉച്ചയ്ക്ക് ശേഷമേ അവൾക്ക് ഫാദർ കുര്യനെ ഫോണിൽ കിട്ടിയുള്ളൂ. തിരക്കുള്ള ഒരു മനുഷ്യനോടാവാം താൻ സംസാരിക്കുന്നതെന്ന ബോധത്താൽ അരുണിമ ഫോണിലൂടെ അല്പം അണച്ചുപോയി.

അങ്ങേതലയ്ക്കലുള്ള പതിഞ്ഞ, ഉറച്ച, വ്യക്തമായ ശബ്ദം കൊടുത്ത പോസിറ്റീവ് എനർജിയിൽ അവളും ചുരുങ്ങിയ വാക്കുകളിൽ, കൃത്യമായി പറയേണ്ടത് പറഞ്ഞുവെച്ചു. ഒരു ചെറിയ യാത്ര കഴിഞ്ഞ് ശനിയാഴ്ച രാവിലെ ചെന്നു കാണാൻ ഫാദർ നിർദ്ദേശിച്ചു.

രണ്ടു ദിവസംകൊണ്ട് കിട്ടാവുന്ന സംഹായങ്ങളൊക്കെ ഒരുക്കാൻ അരുണിമ തീർച്ചയാക്കി. തിരിച്ചും മറിച്ചുമുള്ള ആലോചനയിൽ ലൈല ടീച്ചറെ കൂട്ടുപിടിക്കാൻ തീരുമാനിച്ചു. അല്പം അകലെയുള്ള ഹൈസ്കൂളിലെ കണക്കു ടീച്ചറും പൊതുകാര്യ പ്രസക്തയും ആത്മാർത്ഥയുള്ളവളുമാണ്. ആ സ്കൂളിൽ പഠിച്ചിരുന്ന കുട്ടികളായതിനാൽ നേരിട്ടിടപെടാൻ പറ്റും. ഉമ്മയ്ക്ക് തങ്ങളുടെ ആളായി തോന്നുകയും ചെയ്യും. പിന്നെ തനിക്കൊരു കൂട്ടായി എട്ടാം നിലയിലെ തന്നെ തരക്കേടില്ലാത്ത പേരുള്ള സ്വന്തം കുടുംബമെന്ന വൃത്തത്തിൽ മാത്രമൊതുങ്ങാതെ, ചുറ്റും സമൂഹത്തിലേക്ക് ഒരു കണ്ണ് പായിക്കുന്ന മീര വക്കീലും. രണ്ടുപേരോടും സംസാരിച്ചപ്പോൾ പൂർണ്ണ സമ്മതം. ടീച്ചർ പറഞ്ഞു.

“എന്റെ അരുണേച്ചി, ഞാൻ ആരെയെങ്കിലും സപ്പോർട്ട് കിട്ടാൻ കാത്തിരിക്കയായിരുന്നു. ഇതിനു മുമ്പ് ഒന്ന് രണ്ട് തവണ ശ്രമിച്ചതാ. സമുദായ സംഘടന ഇടപെട്ട് യത്തീംഖാനയിൽ കൊണ്ടാക്കി, വായിലെ നാക്കും അക്രമവുംകൊണ്ട് അതുപോലെ തിരിച്ചുവന്നു. മനുഷ്യാവകാശ സംഘടനക്കും കംപ്ലെയ്ന്റ് കൊടുത്തു. നമ്മക്ക് ഒരു കൈ നോക്കാം അരുണേച്ചി.”

മൂന്നുപേരും പറഞ്ഞ സമയത്ത് ഫാദറുടെ ഓഫീസിൽ അദ്ദേഹത്തിന് അഭിമുഖമായി ഇരുന്നു. അവർ പറഞ്ഞ ഓരോ കാര്യവും ഉള്ളിലേക്കെടുക്കുന്നത് ആ കണ്ണുകളിൽ കാണാമായിരുന്നു.

“ഉമ്മേം മോളേം നമുക്ക് മേരിമാതാ ആശുപത്രിയിലാക്കാം. ചികിത്സ നടക്കട്ടെ. സൈക്യാട്രിസ്റ്റ് സിസ്റ്റർ സുമനയെ ഞാൻ വിളിച്ച് പറയാം. പയ്യനെ നല്ലൊരു സ്ഥാപനത്തിലിടാം. സാധാരണ ജുവനൈൽഹോം വേണ്ട. അവിടന്ന് സ്വഭാവം കൂടുതൽ മോശാവ്വേള്ളൂ.”

ഫാദർ മൂന്നുപേരുടെയും ഫോൺ നമ്പറുകൾ കുറിച്ചെടുത്തു.

വരുംദിവസങ്ങളിൽ തുടർ നടപടികൾ അറിയാനായി അരുണിമ

ഫാദറിനെ ഫോൺ വിളിച്ചുകൊണ്ടിരുന്നു. ഫാദർ ചൈൽഡ് ലൈനിലെ ആൾക്കാരെവിട്ട് സ്വകാര്യമായി അവരുടെ കൂരയ്ക്കുള്ളിലും ചുറ്റുപാടും നിരീക്ഷിച്ചറിഞ്ഞു. തൊട്ടടുത്ത ദിവസം ഫാദർ അരുണിമയെ വിളിച്ചു. പൊലീസിന്റെ സഹായമില്ലാതെ അവരെ പൊക്കാൻ പറ്റില്ല. ഞാൻ സബ് കളക്ടറോട് സംസാരിക്കാം. അവരെ കൊണ്ടുപോകുന്ന ദിവസം അറിയിക്കാം.

"സബ് കളക്ടർ നല്ലയാളാ. പക്ഷേ, നിയമത്തിന്റെ കുരുക്കിൽ കൈ മലർത്തുകാ. നമ്മുടെ ഭാഗത്തൂന്ന് എല്ലാം റെഡിയാ..... പക്ഷേ, പൊലീസിന് വിട്ടുതരാൻ ആളില്ല. ഇന്നലെ ആ വീട് അടച്ചിട്ടിരിക്ക്യാന്നാ ചൈൽഡ് ലൈനീന്ന് കിട്ടിയ വിവരം. പൊലീസ് ചെല്ലുമ്പോൾ അവരുണ്ടാകണം. ഒന്ന് ശ്രദ്ധിച്ചോളണേ മാഡം."

ഓരോ കാരണങ്ങളാൽ ദിവസം കൊഴിഞ്ഞപ്പോൾ അരുണിമയുടെ ഫോണിലെ കാശ് ചോർന്നുകൊണ്ടിരിക്കുകയും സ്വയം വീട്ടിൽ അടച്ചിടാൻ ശ്രദ്ധിക്കുകയും ചെയ്തു. അശ്രദ്ധമായി മൊബൈൽ ഇടാറുള്ള അരുണിമ അത് ബാത്റൂമിൽപ്പോലും കൊണ്ടു നടക്കാൻ തുടങ്ങി. അവസാനം ഒരുച്ചയ്ക്ക് അരുണിമയുടെ ഫോണിൽ ഫാദറിന്റെ കോൾ ചിലച്ചു.

"മാഡം, അവരിപ്പോ പൊലീസ് വണ്ടിയിലെത്തും. അരമണിക്കൂർ കൊണ്ട്. ലൈലടീച്ചർ രംഗത്തുണ്ടാകുന്നത് നല്ലതാ."

അരുണിമ ടീച്ചറെ വിളിച്ചു. അവർ ഉച്ചയൂൺ സമയത്ത് കുതിച്ചെത്തി. മീര വക്കീലിനെ വിവരം അറിയിച്ചു. ഗോഡ്സ് ഓൺ റസിഡൻസിയിലെ എട്ടാം നിലയിലെ രണ്ട് ജനൽവാതിലുകളും തുറന്ന് അരുണിമ നെഞ്ചിടിപ്പോടെ താഴേക്ക് നോക്കി കാത്തിരുന്നു.

പൊലീസും ചൈൽഡ് ലൈനും ചേർന്ന് കുടുംബത്തെ പൊക്കാൻ ശ്രമിച്ചപ്പോൾ, ഒരു നിമിഷത്തെ അന്ധാളിപ്പിനുശേഷം അവർ ഓടി അകത്തുകയറി വാതിൽ തഴുതിടുന്നു. ആൺകുട്ടി അട്ടത്തുകയറി അട്ടഹസിക്കുന്നു. കൂരയ്ക്ക് ചുറ്റും ആൾക്കാർ കൂടുന്നു. പൊതുജനം അല്പം രോഷത്തോടെ ഇടപെടുന്നു.

"എടത്തേക്കാ പിടിച്ചോണ്ടോന്നേ പൊലീസ് സ്റ്റേഷനിലേക്കോ?"

ലൈല ടീച്ചർ മയത്തോടെ ജനത്തെ കൈയിലെടുക്കുന്നു.

"അല്ല, അവരെ നന്നാക്കിയെടുക്കാൻ കൊണ്ടോവ്യാ."

"ചൈൽഡ് ലൈനിൽ പരാതി പോയിട്ട് അവര് വന്നതാ."

പൊതുജനം സഹകരിച്ച്, വാതിൽ ചവിട്ടിപ്പൊളിച്ച് ഓരോരുത്തരെയും വണ്ടിയിലേക്കിടുന്നു അപരിചിതരുടെ നടുവിൽനിന്ന് കുട്ടികൾ "ടീച്ചറും വാ" എന്ന് ബഹളം വെക്കുന്നു.

മേരിമാത ആശുപത്രിയിലേക്ക് കുതിച്ച വണ്ടിയിൽ ലൈല ടീച്ചറുടെ സാന്ത്വനത്തിൽ അവർ അല്പം അടങ്ങി തുടങ്ങിയിരുന്നു.

അരുണിമയ്ക്ക് ദൂരെനിന്ന് കിട്ടിയ ജനൽക്കാഴ്ച ലൈലടീച്ചർ, പിന്നീട് വരച്ചുകാട്ടിയപ്പോൾ ജീവിതത്തിൽ സ്വന്തം കാര്യങ്ങൾക്കുപോലും ഇതുവരെ അറിയാത്ത ഒരുതരം വികാരത്താൽ, ചുരത്തിയ കണ്ണു

നീർത്തുള്ളികൾ അടക്കി കേട്ടിരുന്നു.

രണ്ടാഴ്ചകൾക്കുശേഷം.

മേരിമാതാ ആശുപത്രിയുടെ കോണിവാതിലിനും കൈവരികൾക്കും ഇടയിലെ സ്ഥലങ്ങൾ കമ്പിവേലികെട്ടി സുരക്ഷിതമാക്കിയ കെട്ടിടത്തിന്റെ രണ്ടാം നിലയിൽ കൂടെ വന്ന സിസ്റ്റർ മലർക്കെ വാതിൽ തുറന്ന് ഒരു വരാന്തയിലേക്കും മുറിയിലേക്കും അരുണിമ ലൈല ടീച്ചറോടൊപ്പം കാലെടുത്തുവെച്ചു. വരാന്തയിൽ സുഹൈൽ കാരംസ് കളിക്കുന്നു. മുറിയിൽ ഒരയഞ്ഞ സൽവാറിൽ സക്കീന കട്ടിലിലിരിക്കുന്നു. ഉമ്മ ഒരു കൊട്ടയിലേക്ക് തുണികൾ അടുക്കിവെക്കുന്നു. അവരെ കണ്ടതും അടുത്തിരിക്കുന്ന ഉപ്പയുടെ തോളത്ത് പിടിമുറുക്കി സക്കീന കെഞ്ചി.

“ഉപ്പ പോണ്ട. ഉപ്പ പോണ്ട. ഈടനിന്നാമതി. നിങ്ങള് നിക്കണ്ട.”

“ഞങ്ങള് നിക്കാൻ വന്നതല്ല മോളെ.” ലൈല ടീച്ചർ പറഞ്ഞു.

“പിന്നെന്തിനാ ബാഗ് കട്ട്മ വെച്ചത്?”

വന്നപാടെ തന്റെ കനത്ത ബാഗ് ടീച്ചർ കട്ടിലിന്മേൽ വെച്ചിരുന്നു.

ടീച്ചർ ബാഗെടുത്ത് തോളിൽ തൂക്കി. ഇവിടെ ചടഞ്ഞു കൂടാൻ തുടങ്ങി ഒരാഴ്ച കഴിഞ്ഞപ്പോൾ ജോലിക്ക് പോകുന്നതിനെപ്പറ്റി സൂചിപ്പിച്ച ഉപ്പക്ക് പകരം കൂട്ട് നില്ക്കാൻ വന്നതാണ് അവരെന്ന് സക്കീന ധരിച്ചു. കുശലങ്ങൾക്ക് ശേഷം പോകാനെഴുന്നേറ്റപ്പോൾ സക്കീന പറഞ്ഞു.

“കുറച്ചിരി, ചായ കുടിച്ചിട്ട് പോകാം.”

“എനിക്ക് ഭർത്താവിനും മോൾക്ക് കോളേജ്ന്ന് വന്നാ അവൾക്കും ചായ കൊടുക്കണ്ടെ. തിന്നാൻ കൊട്ക്കണ്ടെ. നിങ്ങളും ഉപ്പ വന്നാ ഇതെല്ലാം ചെയ്യണ്ടെ, ആട്ടിപായിക്യാവേണ്ടത്?”

അരുണിമ കരുതിത്തന്നെ പറഞ്ഞു.

സക്കീനയുടെ തലയിലൂടെ ഏതോ തിരിച്ചറിവിന്റെ വാർച്ച അരുണിമ മനസ്സിലാക്കി.

“കഴിഞ്ഞ പ്രാവശ്യം പൊരീം പോയപ്പാ ഇവള് പറഞ്ഞതല്യോ? നായിന്റെ മോനെ, നിന്നേനി ഈടകണ്ട് പോകറ്ത്ന്ന്. ഉര്ളങ്കല്ല് പെറ്ക്കി ഏറും. ഓനും തുടങ്ങി ഏറ്. പിന്നെ മൂന്നാളും കൂടി തെറിയോട് തെറി. ഇങ്ങനെ തൊടങ്ങ്യാ ഞാനെന്താ ചെയ്യാമേഡം. ടീച്ചറും പറ. ഞാനിവർക്കെത്ര സ്നേഹം കൊട്ത്തു. ഇവരെനെക്കെന്ത് തന്നു?”

ഉപ്പയുടെ മുഖത്ത് അപ്പോൾ കണ്ട നിസ്സഹായത ലോകത്തൊരു ഭർത്താവിനും ഉണ്ടാകരുതേ എന്ന് അരുണിമയുടെ മനസ്സ് നൊന്തു.

“എല്ലാം ശര്യാവും. അവർക്ക് സുഖമില്ലാഞ്ഞിറ്റല്ലെ.”

അവൾ പറഞ്ഞു. ഉമ്മ മിണ്ടാതെ കേട്ടിരുന്നു. അവരുടെ മുഖഭാവം വിളിച്ചുപറയുന്നുണ്ടായിരുന്നു അവരെന്തൊക്കെയോ തെറ്റ് ചെയ്തിട്ടുണ്ടെന്നും അവ തിരുത്താനാഗ്രഹിക്കുന്നെന്നും.

“സക്കീനേ, ഞങ്ങളൊക്കെ നിന്റെ ചുറ്റുവട്ടത്തുണ്ട്. എന്താവശ്യം വന്നാലും ലൈല ടീച്ചറോട് പറഞ്ഞാമതി.”

ഇറങ്ങുമ്പോൾ അരുണിമ രണ്ടുപേരുടേയും കൈ പിടിച്ചു. അവർ നോക്കിയത് അരുണിമയുടെ കണ്ണുകളിലേക്കാണ്. മനസ്സിന്റെ അടിത്തട്ട് വരെ ചെന്നെത്തിയ നോട്ടം

ഉപ്പയെ ആട്ടിയോടിച്ച ഈ കുട്ടിയാണോ കൈമുറുക്കെപ്പിടിച്ച്.... ആശുപത്രിയിലെ മെന്റൽ വാർഡിൽ നിന്ന് തിരിച്ചിറങ്ങുമ്പോൾ അരുണിമ സംതൃപ്തയായിരുന്നു. വാർഡിൽ കടക്കുന്നതിനു മുൻപ്, ഡോ. സുമയുടെ മുന്നിലിരുന്നപ്പോൾ അവൾ പറഞ്ഞിരുന്നു.

"ഒത്തിരി ബുദ്ധിമുട്ടി അല്ലേ, കുര്യനച്ചൻ പറഞ്ഞു. ദൈവം അനുഗ്രഹിക്കട്ടെ, ഇനിയും ഇത്തരം സന്ദർഭങ്ങളുണ്ടാകാൻ?"

കുടുംബത്തെ നീക്കിക്കഴിഞ്ഞ് ഫാദറെ വിളിച്ച് നന്ദി പ്രകടിപ്പിച്ചതിന് മറുപടിയായി കിട്ടിയ വാക്കുകളാണ് അവൾക്ക് ആദ്യം കിട്ടിയ അനുമോദനങ്ങൾ.

"മാഡത്തിന് ഞങ്ങളാ നന്ദി പറയേണ്ടത്. കാണിച്ച ഈ സ്നേഹത്തിനും സമൂഹത്തിനോടുള്ള പ്രതിബദ്ധതയ്ക്കും."

അരുണിമയുടെ ഉത്സാഹവും അർപ്പണബോധവും മനസ്സിലാക്കിയാവണം ഫാദർ കുര്യൻ ചൈൽഡ് കെയർ വെൽഫെയർ ചെയർമാനുമായി ബന്ധപ്പെടാനുള്ള ഫോൺ നമ്പർ കൊടുത്തിരുന്നു. കുടുംബത്തെ മറ്റു സ്ഥാപനങ്ങളിലേക്ക് മാറ്റാനുള്ള നിർദ്ദേശങ്ങളുടെ ഫോളോഅപ്പിനായിട്ട്, ഫാദർ കുര്യന്റേത് കഴിഞ്ഞപ്പോൾ അഗ്സതി സാറിലേക്ക് മാറ്റി അരുണിമ ഫോണിൽ ശല്യം ചെയ്യാനുള്ള ഊഴം. അദ്ദേഹവും പറഞ്ഞു.

"മേഡം ഞങ്ങൾക്കൊരുപാട് കേസുകൾ ഇത്തരത്തിൽ വരുന്നതാ. ഇന്നലെ മൂന്ന് ചൈൽഡ് അബ്യൂട്ട് കേസുകളാരുന്നു. അവസാനം വരെ എല്ലാറ്റിന്റേയും പെറകെ നടക്കാൻ പറ്റോ? നിങ്ങൾ കാണിച്ച ഉത്സാഹത്തിന്റെ ബലത്തിലാ ഇത്രയെങ്കിലുമായത്."

ലോകത്തിന്റെ ഈ നന്മയോർത്ത് അരുണിമയ്ക്ക് വാക്കുകൾ കിട്ടാതായി. ആശുപത്രി ബില്ലടച്ച് അവരെ വിടുതൽ ചെയ്യാൻ മീര വക്കീലും ലൈല ടീച്ചറും കൂടെ ചെന്നു. ടീച്ചർ സമുദായസംഘടനകളിൽനിന്നും അരുണിമ ഗോഡ്സ് ഓൺ റസിഡൻസിയിൽനിന്നും കലാദർപ്പണയിൽ നിന്നും തരക്കേടില്ലാത്ത ഒരു സംഖ്യ ഒപ്പിച്ചിരുന്നു.

കാടിളക്കിയ പ്രകടനമായിരുന്നു ഉമ്മയോട് കാര്യം പറഞ്ഞപ്പോൾ. സഹാനുഭൂതിയുടെ പകൽക്കൈകൾ കൊഴുപ്പിച്ച ശരീരം. തെറിയഭിഷേകങ്ങളിൽ ജനം പിൻവലിയുമ്പോൾ മൂർച്ചവെച്ച എല്ലില്ലാത്ത നാക്ക്. അവർ ഉറഞ്ഞുതുള്ളി.

"അനക്കേടീം പോണ്ട. അന്റെ ഉമ്മതന്ന പൊരീത്തന്നെ പോണം. ഏത് നായിന്റെ മോനാ തടക്കാൻ വര്ന്നോണ് കാണണം. കുത്തി കൊടലെടക്കും ഞാൻ."

വെള്ളരിപ്രാവുകളെപ്പോലെ ഷോളിട്ട് സിസ്റ്റർമാരും രോഗികൾക്ക് കൂട്ടിരിക്കുന്നവരും നിശ്ശബ്ദരായി ചുറ്റും കൂടി. കാണികൾ ഏറിയപ്പോൾ അവർ ഉപ്പക്കുനേരെ കൈയോങ്ങി ചീറി.

"അനക്ക് ഇയ്യാളും മൊയ്ചൊല്ലേണ്ട്യേ ഞാൻ ബേറാളെ കെട്ടും."

ഉപ്പ വായ്ക്ക് കൈയും കൊടുത്ത് ശിലപോലെ നിന്നു. അരുണിമ ഡോക്ടർ സുമനയെ മൊബൈലിൽ വിളിച്ചു.

"അവർ നോർമലായി. അഭിനയിക്കുവാ. മൈൻഡ് ചെയ്യേണ്ട. കൊണ്ടുപോയി പ്ലാൻ ചെയ്തപോലൊക്കെ ചെയ്തോളൂ."

ഡോക്ടറേക്കാൾ വലിയൊരു സൈക്യാട്രിസ്റ്റിന്റെ ബുദ്ധി അരുണിമയിൽ മിന്നി. ഇത് മറ്റൊന്നുമല്ല. ശിക്ഷണത്തിന്റെ കുറവാണ്. ഉപ്പയ്ക്ക് സ്നേഹിക്കാനേ അറിയൂ. ശിക്ഷണം കൊണ്ടേ അത് പൂർത്തിയാവൂ എന്നറിയില്ല. മേലനക്കാതെ തിന്നും കുടിച്ചും ചിന്തിക്കാതെ പറഞ്ഞും ചെയ്തുമുള്ള ശീലം കുറേയായി വകവെച്ച് കിട്ടിയ അഹന്തയാണ്.

കുട്ടയിൽ തുണികൾ കുത്തിനിറച്ച് പൗഡർ കൈയിൽ കുടഞ്ഞിട്ട് മുഖം മിനുക്കി, മുടി ചീകി ഉമ്മ അരുണിമയ്ക്ക് നേരെ കൈ നീട്ടി.

"അനക്ക് ഓട്ടോറിക്ഷയ്ക്ക് പൈശ താ. ഞാനൊറ്റയ്ക്ക് അന്റെ പൊരീപ്പോവും. നിങ്ങളെ വണ്ടിയൊന്നും അനക്ക് വേണ്ട."

അവർ അട്ടഹസിച്ചു.

ഉള്ളിൽ നിന്ന് വലിച്ച ഒരൊറ്റ ശക്തിയുള്ള ശ്വാസത്തിന്റെ കൂടെ അരുണിമ വാക്കുകൾ പുറത്തിട്ടു.

"ആര്ടെ പൈസ. നിങ്ങള് ഞങ്ങക്ക് പൈസ തന്ന്വോ. നിങ്ങക്ക് വേണ്ടി എത്ര ആൾക്കാർ കഷ്ടപ്പെട്ന്ന്ണ്ടന്നറ്വോ....."

ഉമ്മയുടെ അന്ധാളിപ്പിന്റെ പുറത്തേക്ക് ഇരയുടെ മേൽ ചാടിവീഴുന്ന കണ്ടൻപൂച്ചയെപ്പോലെ ലൈല ടീച്ചർ ചാടിവീണു. അത് തെറിയല്ല. ചീത്ത വാക്കുകളുമല്ല. സഭ്യതയുടെ അതിർത്തിക്കുള്ളിൽ നിന്നു കൊണ്ട് തന്നെ ടീച്ചർ മാലപടക്കം പോലുള്ള വാക്കുകളെയ്ത് ഉമ്മയുടെ പത്തി മടക്കിച്ചു.

കൊട്ട തൂക്കി ഉമ്മ മുന്നിലും, പിറകെ ഭർത്താവും മക്കളുമായി ആ കുടുംബം അരുണിമയും കൂട്ടരും തയ്യാറാക്കി വെച്ചിരുന്ന കാറിൽ കയറി. "ഇത്രനാൾ നോക്കിയവരോട് യാത്ര പറയണ്ടേ?" എന്ന് ചോദിച്ചപ്പോൾ ഉമ്മയും മകളും തിരിച്ചുപോയി. സിസ്റ്റർമാരോട് കൈകുലുക്കി യാത്ര പറഞ്ഞ് തിരിച്ചുവന്നു. സക്കീനയെ അഗസ്തിസാറിന്റേയും സുമന സിസ്റ്ററിന്റേയും കത്തുകളടക്കം വിർജിൻ ഹോമിലെ സിസ്റ്റമാർക്ക് കൈമാറി. അബലകളും ദീനക്കാരുമാണ് അവിടെ അധികമെന്ന് ഒറ്റനോട്ടത്തിൽ മനസ്സിലായെങ്കിലും കൗമാരത്തിന്റെ കെട്ടുകൾ പൊട്ടാതിരിക്കാൻ സമപ്രായക്കാരേക്കാൾ നന്ന് ഇതാണെന്ന് തോന്നി. നന്നാക്കാൻ അല്പം കഷ്ടപ്പെടട്ടെ. മുദ്രപ്പത്രം, ഫോട്ടോ എന്നീ ഔപചാരികതകൾ ഉടനെ എത്തിക്കാമെന്നേറ്റു. ഉമ്മയും മക്കളും വേർപിരിയുമ്പോൾ ഉശിരൻ പ്രകടനം നടത്തിയെങ്കിലും കാറിൽ കയറി അഞ്ചുമിനിറ്റിനകം ഉമ്മയും സുഹൈലും അടങ്ങി. ഉപ്പയേയും ഉമ്മയേയും തല്ക്കാലം സ്വന്തം ഔട്ട്ഹൗസിൽ താമസിപ്പിച്ച് സംരക്ഷിക്കാമെന്നേറ്റ പ്രമുഖ വ്യാപാരിയുടെ വിധവയുടെ വീട്ടിലെത്തിച്ചു. ആ മാന്യവനിത അരുണിമയോട് പറഞ്ഞു.

"യാറബ്ബേ, ഇവര് എങ്ങന്യേങ്കിലും ഒര് സൈക്യാട്രിസ്റ്റിന്റെ കൈയി

ലെത്തിക്കിട്ടിയാൽ മതിയെന്ന് ഞാനെത്ര പ്രാർത്ഥിച്ചു."

ഉപ്പയെ അമ്മയുടെ ഉമ്മ അവരുടെ വീട്ടിൽ ജോലി ചെയ്ത കാലം മുതൽ അറിയാം. ഇപ്പോൾ അത്യാവശ്യത്തിന് രാത്രി കാവൽജോലിയും അയാൾ ചെയ്യുന്നു. പിറ്റേന്ന് സുഹൈലിനെ, ചൈൽഡ് വെൽഫെയറിന്റെ അടുത്ത പട്ടണത്തിലുള്ള സ്ഥാപനത്തിൽ ഉപ്പയും ലൈലടീച്ചറും അവരുടെ ഉപ്പയും കൂടെ കൊണ്ടു ചെന്നാക്കാമെന്നേറ്റു.

എത്ര സമർത്ഥമായാണ് സുമനയും ഫാദർ കുര്യനും അഗസ്തി സാറും കൂടെ കരുക്കൾ നീക്കിയത്. വിഭജിച്ച് ഭരിക്കുക എന്ന ആദിതന്ത്രം പോലെ വിഭജിച്ച് നന്നാക്കുക എന്ന തന്ത്രം മാത്രമേ ഇവിടെ വിലപ്പോവുകയുള്ളുവെന്ന് അരുണിമ മനസ്സിലാക്കി. കൂട്ടുകൂടിയാൽ അവർ ധിക്കാരികളും തോന്ന്യാസികളുമാവും.

എല്ലാം ഒരാറുമാസക്കാലത്തേക്ക്, ഏറിയാൽ ഒരു കൊല്ലം. അത് കഴിഞ്ഞ് ഒരു കൊച്ചുവീടുണ്ടാക്കി അവരെ ഒരു കുടുംബമാക്കി പാർപ്പിക്കാനുള്ള തീരുമാനമായിരുന്നു. അരുണിമ ഒരുപാട് മെനക്കെട്ട് അശരണർക്ക് വീടുകൾ വെച്ചു കൊടുക്കുന്ന ക്ലബ്ബുകാരെയും മറ്റ് ജീവകാരുണ്യ പ്രവർത്തകരെയും ബന്ധപ്പെട്ടു. ലൈലടീച്ചർ സമുദായസംഘടനകളുമായി സംസാരിച്ച് സഹായം ഉറപ്പിച്ചു. മീര വക്കീൽ അവരുടെ കൂരയുള്ള സ്ഥലം വിറ്റ് പണം പുതിയതിലേക്ക് മാറ്റുന്നതിനുള്ള വഴികൾ തേടി.

****** ****** ****** ******

ഒരു കൊല്ലം കഴിഞ്ഞ് ഒരുമാസം കൂടെ കടന്നുപോയി. മാർച്ചു മാസാവസാനത്തിലെ ഒരു ചുട്ടപകലിനും മനസ്സിനും കുളിരുകോരി അരുണിമ, രാത്രി ഉറങ്ങും മുമ്പ് അവളുടെ വലിയ ഡയറിത്താളിലെഴുതി.

മാർച്ച് 25 തിങ്കൾ

ജീവിതത്തിലേറ്റവുമധികം സന്തോഷം തോന്നിയ ഒരു ദിവസം. മറ്റന്നാൾ, ബുധനാഴ്ച സക്കീനയുടെ നിക്കാഹാണ്. അന്ന് പോകണമെന്നുണ്ടായിരുന്നു. പക്ഷേ, അറിയാത്ത കൂട്ടുകാരുടെ നടുവിൽ അവളെങ്ങനെ എന്നെ പരിചയപ്പെടുത്തും. ആ പരുങ്ങൽ കൊണ്ട് എന്തിനവളെ ബുദ്ധിമുട്ടിക്കണം?

ഇന്ന് ഞാൻ സക്കീനയുടെ വീട്ടിൽ പോയി ഗ്രാമാന്തരീക്ഷത്തിൽ വൃത്തിയും വെടിപ്പുമുള്ള ഒരു കൊച്ചു വീട്. മുറ്റത്ത് കുറെ നാടൻ പൂച്ചെടികൾ. കുറച്ചുനേരം പൂക്കളിന്മേൽ, ഒരു പൂമ്പാറ്റയായി എന്റെ മനസ്സ് തുടിച്ചുനിന്നു. കൂടെ കരുതിയ സമ്മാന പൊതിയെടുക്കാതെ ഒരു കൊച്ചു മഞ്ചിന്റെ പൊതിയും കരുതിയിരുന്നു. എന്ന കണ്ടതും സക്കീന വാ പൊളിച്ചു. പിന്നെ രണ്ടു കൈകൾകൊണ്ടും കൈത്തണ്ടയിൽ പിടിച്ച് അകത്തേക്ക് കൊണ്ടുപോയി. വൃത്തിയിലും വെടിപ്പിലും വെച്ച ഒരു കൂട്ടായ്മയായി വീടിന്റെ അകത്തളം. അവൾ ഉമ്മയെ നീട്ടിവിളിച്ചു.

"ഉമ്മാ, അരുണാത്ത ബന്നീനി."

കുശലങ്ങൾക്കുശേഷം, ഉമ്മ കുടിക്കാനെടുക്കാൻ അകത്തേക്കുപോ

യപ്പോൾ ഞാനവൾക്ക് എന്റെ വിവാഹസമ്മാനത്തോടൊപ്പം വലംകൈ നിവർത്തി മഞ്ച് പിടിപ്പിച്ചു.

"ഉമ്മ കാണണ്ട. പിന്നെ തിന്നാം. ഇപ്പോ അയില് ഒളിപ്പിക്കാം."

അവൾ ഊൺ മുറിയിൽ വെച്ച കൊച്ചു ഫ്രിഡ്ജിലേക്ക് കൈചൂണ്ടി. എന്നോട് കണ്ണിറുക്കി ചിരിച്ച് അവളൊരു ചോദ്യം തൊടുത്തുവിട്ടു.

"ആരെങ്കിലും തന്ന മഞ്ച് മേടിച്ച് തിന്നാവോ?"

"നീയിപ്പോ നല്ല കുട്ട്യല്ലെ."

ഉത്തരം പറഞ്ഞ് ഞാൻ അവളെ കെട്ടിപ്പിടിച്ചു.

കറുത്ത മീൻ

ഈ കഥയിലെ കഥാപാത്രങ്ങൾ രണ്ടേ രണ്ടുപേർ മാത്രമാണ്. ഞാനും, പിന്നെ തീരെ ശേഷിയറ്റവളെന്ന് തോന്നിച്ച, പിന്നീട് കരുത്തുറ്റ വളായി മാറിയ, ചെറിയ സാധാരണ അലങ്കാര മത്സ്യമായ ഒരു കറുത്ത മീനും.

കറുത്ത മീനിന് തുറിച്ചതാണെങ്കിലും ഒരു പൊട്ടുപോലെ ചെറിയ കണ്ണുകളും നഖപ്പാടുകൾപോലെ പറ്റിയ അനക്കമറ്റ പാർശ്വത്തിലെ ചിറ കുകളുമായിരുന്നു ആദ്യമൊക്കെ. മുക്കാലും വെള്ളം നിറച്ച ഒരിടത്തരം സ്ഫടിക പാത്രത്തിനടിയിൽ അവൾ പേടിച്ചരണ്ട് ഒരു ചെറിയ കപ്പൽച്ചേതം പോലെ പറ്റിക്കിടന്നത് ഞാനോർക്കുന്നു. തുടക്കത്തിൽ അഞ്ചാറ് മീനുകളും കൂടെയുണ്ടായിരുന്നു. എന്റെ ഈ അലങ്കാര മത്സ്യ ങ്ങളുടെ ചില്ലുപെട്ടിയിൽ. വെള്ളിവിശറികളും ഉടലുമായി തിളങ്ങിയവയും, പിടഞ്ഞിറങ്ങുന്ന കൊള്ളിമീനെപ്പോലെ തീക്ഷ്ണമായ സ്വർണ്ണക്കത്ത ലിൽ ഒരല്പം പ്രകാശം വിതറുന്ന ഒരു ചുവന്ന മീനും, വിളറിയ ചാര നിറത്തിൽ വെള്ളത്തിലെ കുമിളകൾക്കൊപ്പം വട്ടംചുറ്റി നീങ്ങിയവയും മറ്റുമായി ഒരു വികൃതിക്കൂട്ടം.

കറുത്ത മീനിന് ഒരു കൂട്ടുകാരി ഉണ്ടായിരുന്നു അക്കൂട്ടത്തിൽ ആദ്യ മൊക്കെ. ഇവളോടൊപ്പം (കറുത്തവരെ നമുക്ക് ഇവളെന്നു തന്നെ വിളി ക്കാം) വെള്ളത്തിനടിയിൽ പേടിച്ചരണ്ട് ഒതുങ്ങിക്കൂടിയിരുന്ന അവൾ, മറ്റുള്ളവരുടെ തിമിർപ്പിൽ, പെട്ടെന്നുണ്ടായ ഒരുണർവ്വിനാൽ ഭയമെല്ലാം കുടഞ്ഞു കളഞ്ഞ്, അവരോടൊപ്പം കൂട്ടുകൂടാൻ ഇടയ്ക്കിടെ ഊളിയിട്ട് മുകളിലേക്ക് പൊങ്ങിവരുമായിരുന്നു. കൂട്ടുകെട്ടിനുള്ള ആ ക്ഷണത്തിൽ അതൃപ്തി തോന്നിയാവാം, കൂട്ടത്തിൽ ഒരു മത്സ്യം കറുത്തതിനുമേൽ ഒരു ദിവസം ഒന്ന് കൊത്തി. അന്നത് എന്റെ കണ്ണിൽ പെട്ടില്ല. ദിവസ ങ്ങൾ പോകവെ, കറുത്ത മേൽത്തൊലി ഉരിഞ്ഞ്, പുറത്തേക്ക് തള്ളിയ

ചെറിയ മാംസ പൊട്ടുകൾ എന്റെ കണ്ണിൽപെട്ടു തുടങ്ങി.

മറ്റുള്ളവരുടെ കൊത്തലുകളാൽ ദേഹമാസകലം വ്രണങ്ങൾ നിറഞ്ഞപ്പോഴും, ആയാസപ്പെട്ട് അത് മേലേക്ക് തുഴഞ്ഞുകയറി മറ്റുള്ളവയുടെ കൂടെ തലങ്ങും വിലങ്ങും പാഞ്ഞുകളിച്ചു. എങ്കിലും തമ്മിൽ തമ്മിൽ മണപ്പിച്ചും തൊട്ടും ചുറ്റിക്കളിച്ചവയിലൊന്നുപോലും, ഇവളെയോ, ഇവൾ തിരിച്ചോ സ്പർശിച്ചില്ല. ഒരു തീണ്ടാപ്പാടകലം അവർ തമ്മിൽ സൂക്ഷിച്ചു. അങ്ങനെയിരിക്കെ ഒരു ദിവസം ചത്ത് മലച്ച ഒരു രൂപമായി ആ കറുത്ത മീൻ ആദ്യത്തെ രക്തസാക്ഷിയായി എന്റെ സ്ഫടിക പാത്രത്തിൽ ഒരു പൊങ്ങുതടിപോലെ കിടന്നാടി.

മീനുകളുമായി ഇണങ്ങിയശേഷം ആദ്യമായാണ് ഞാൻ, ക്ഷീണം തോന്നിയതിനാൽ ഇത്ര നേരത്തെ ലൈറ്റ് അണച്ച് കിടന്നതും പിറ്റേന്നു രാവിലെ വളരെ വൈകി അവയ്ക്കുള്ള തീറ്റയുമായി ചില്ലു കൂട്ടിനടുത്തേക്ക് പോയതും. ഒരുപാടുകാലം ഞാൻ മത്സ്യങ്ങളെ തുണ്ടം തുണ്ടമാക്കുകയും കഴുകി വൃത്തിയാക്കുകയും ചെയ്തിട്ടുണ്ട്. അവയെ ഉപ്പും മസാലയും പുരട്ടി പൊരിച്ചു തിന്നിട്ടുമുണ്ട്. പക്ഷേ, ചില്ലുകൂട്ടിലെ വെള്ളത്തിൽ നിന്ന് പഴയൊരു പ്ലാസ്റ്റിക് അരിപ്പയിൽ കോരിയെടുത്ത, ചത്തു മലച്ച വ്രണങ്ങൾ നിറഞ്ഞ അതിന്റെ ശരീരം കണ്ടപ്പോൾ എന്റെ കണ്ണുകളിൽ വെള്ളം പൊടിഞ്ഞുപോയി.

മനുഷ്യനല്ലാത്ത മറ്റൊരു ജീവിയുടെ മൃതദേഹം കണ്ട് എനിക്ക് ഇതാദ്യമായാണ് ഇങ്ങനെയൊക്കെ തോന്നുന്നത്. ഓർക്കാപ്പുറത്ത് ചില നിമിഷങ്ങളിൽ തലയ്ക്കുള്ളിൽ പൊട്ടിവിടരുന്ന ഒരു വെളിപാടുപോലെ ഒരു കാര്യം ബോദ്ധ്യമായി. എനിക്ക് വയസ്സായി തുടങ്ങിയിരിക്കുന്നു. കുറേക്കാലമായി ഈ ചിന്ത എന്റെ പിറകേ കൂടിയിട്ടുണ്ടെങ്കിലും അപ്പോൾ ആ നിമിഷം ഞാനതങ്ങുറപ്പിച്ചു കൊടുത്തു. ശരിക്കും ഞാൻ വാർദ്ധക്യത്തിലേക്ക് കാലെടുത്ത് വെച്ചിരിക്കുകയാണ്.

അതിനുശേഷം എന്റെ കറുത്ത മീൻ, സ്ഫടിക പാത്രത്തിൽ വിരിച്ച കൃതിമപ്പൂവുകൾക്കും ഇലകൾക്കും താഴെ, മണലും മിനുസക്കല്ലുകളും കൊണ്ട് തീർത്ത അവളുടെ മെത്തയിൽ ദിവസത്തിൽ അധികഭാഗവും അനക്കമറ്റു കിടക്കും. മറ്റു മീനുകളൊക്കെ ഞാൻ കൊടുത്ത ഭക്ഷണം വാ പിളർന്ന് ആർത്തിയോടെ തിന്ന് തീർക്കുമ്പോൾ, ചില്ലുകൂടിന്റെ പുറംഭിത്തിയിൽ തട്ടി “നിനക്ക് ഭക്ഷണം വേണ്ടേ, വേഗം പോയി കയിച്ചോ, ഇല്ലെങ്കിൽ അവറ്റകൾ എല്ലാം തിന്നുതീർക്കും. കൂട്ടുകാരി മരിച്ചിട്ട് കുറേ നാളായില്ലേ..... ഇനിയും ദുഃഖിച്ചിരുന്നിട്ടെന്താണ് കാര്യം?” എന്നൊക്കെ പലവട്ടം ഞാനവളോട് പിറുപിറുത്തിട്ടുണ്ട്. ഉറക്കത്തിൽ തട്ടിയുണർത്തി ആഹാരം കഴിക്കാൻ ശല്യപ്പെടുത്തുന്ന മുത്തശ്ശിയെ ഒന്ന് നോക്കുന്നതുപോലെ “ഓ, ഇതെന്തൊരു ശല്യം” എന്ന മട്ടിൽ, കിടന്ന കിടപ്പിൽനിന്ന് മേല്പോട്ട് കുമിളകളുയർത്തി അവൾ ഒന്നനങ്ങി കിടന്നിട്ടുണ്ട്. മറ്റുമീനുകൾ ഭക്ഷിക്കാത്ത സമയത്തും അവരുടെ വായകൾ തുറന്നും പൂട്ടിയും കൊണ്ടേ ഇരുന്നെങ്കിലും, കറുത്ത മീനിന്റെ വായ ഒരിക്കലും തുറക്കു

ന്നത് ഞാൻ കണ്ടിട്ടില്ല. അതെന്നെ വല്ലാതെ അത്ഭുതപ്പെടുത്തിയിട്ടുണ്ട്.

വളരെ അപൂർവ്വമായി, ആർത്തിക്കൂട്ടം ആഹാരം വിഴുങ്ങി അകന്നു നില്ക്കുമ്പോൾ അവൾ മെല്ലെ വെള്ളത്തിന്റെ വക്കോളം വരെ വന്ന് നിന്ന് തിരിച്ച് നുഴഞ്ഞിറങ്ങും. അപ്പോൾ ഇടയ്ക്കിടെ അവളുടെ തൊലിയുരിഞ്ഞ് മാംസം തുറിച്ച് നില്ക്കുന്ന പൊട്ടുകൾ കണ്ട് ഞാൻ ആകാംക്ഷപ്പെട്ടിട്ടുണ്ട്.

"ഹോ, ഇതെന്തൊരു സാധനം, ഭക്ഷണവും വേണ്ട, ശ്വാസവും വേണ്ട. ഇവളിതെങ്ങനെയാണ് ഇക്കൂട്ടർക്കിടയിൽ....." എന്ന് ഞാൻ വല്ലാതെയങ്ങ് അത്ഭുതം കൂറിയിട്ടുണ്ട്. ആലോചിച്ചിരിക്കുമ്പോൾ, "ഓ, ഉള്ളവനേ പിന്നേയും പിന്നേയും വേണ്ടൂ, ഇല്ലാത്തവൻ അങ്ങനെയങ്ങ് കഴിഞ്ഞുകൂടിക്കൊള്ളും" എന്ന പ്രപഞ്ച സത്യത്തെ ഒന്നുകൂടെ മനസ്സിലിട്ടുറപ്പിച്ചിട്ടുണ്ട്.

കൂട്ടത്തിൽ, ചുവന്ന മത്സ്യം ഒരു തീപ്പന്തം തന്നെയായിരുന്നു. കുറിയ ഉടലിൽ ദുപ്പട്ടപോലെയുള്ള പിൻചിറകുകൾ ഉലച്ച് അത് വട്ടത്തിൽ നൃത്തം ചെയ്യും. സൂക്ഷിച്ചുനോക്കിയാൽ നേരിയ ഒരു വിടവുണ്ടെങ്കിലും വട്ടത്തിൽ തുറന്നുവെച്ച ഒരു കുടപോലെയായിരുന്നു അവളുടെ പിൻവാൽ. മിക്കവാറും വെള്ളത്തിന്റെ മേൽഭാഗത്ത് നൃത്തം ചവുട്ടിനിന്ന അവൾ ഉപരിതലത്തിൽ ഞാനിട്ടുകൊടുത്ത വെട്ടിനീങ്ങുന്ന തീറ്റപ്പൊട്ടുകൾ വളരെ ധൃതിയിൽ വിഴുങ്ങും. തീറ്റപ്പൊട്ടുകളെപ്പോലെ തന്നെ ചെറിയ തിളങ്ങുന്ന കണ്ണുകളായിരുന്നു ആ മത്സ്യത്തിന്റേത്.

ആഹാരത്തിൽ ഏറിയ പങ്കും അകത്താക്കിയിരുന്നത്, വെള്ളിവിശറികളും അല്പം വീതിയിൽ ഉടലുകളും, നട്ടുച്ചത്തിളക്കവുമുള്ള രണ്ട് മീനുകളായിരുന്നു. വെള്ളത്തിൽ പൊങ്ങിക്കിടക്കുന്ന തീറ്റിപ്പാടുകൾ അവ മത്സരിച്ച ക്രമമൊപ്പിച്ച് ചിട്ടയോടെയാണ് വിഴുങ്ങുന്നത്. പറശ്ശിനി വെള്ളാട്ടത്തിന്റെ താടിപോലെ പിഞ്ഞിനീങ്ങിയ അതിന്റെ വെള്ളി വിശറിച്ചിറകുകൾ ഉലച്ച് കുത്തിമറിഞ്ഞും പൊങ്ങിയും ഇടവും വലവും വെട്ടിമാറി, ഒരു കാറ്റാടി മരത്തിന്റെ ധൃതിയോടെ ചലിക്കുന്ന ആക്രാന്തക്കാരായിരുന്നു അവർ.

ഈ വികൃതിക്കുട്ടന്മാരെ ഞാൻ സ്ഫടികപാത്രത്തിനരികിൽ ഒരു കസേര വലിച്ചിട്ട് പലപ്പോഴും ഏറെ നേരം നോക്കിയിരിക്കാറുണ്ട്. അവരോട് കൊഞ്ചിയും പറഞ്ഞും നേരം കൂട്ടാറുമുണ്ട്.

അങ്ങനെ ഒരു ദിവസം രാത്രി ഞാനിരുന്നപ്പോൾ, എന്നെ അതിശയിപ്പിച്ചുകൊണ്ട് കറുത്ത മീനുണ്ട്, സ്ഫടിക പാത്രത്തിലെ ജലോപരിതലത്തിൽ ഓടിക്കളിക്കുന്നു. അതുവരെ അടിത്തട്ടിൽ പറ്റിക്കിടന്ന അതിന്റെ ഉടലിന് ഇത്രയും ബലംവെച്ചത് ഞാൻ ശ്രദ്ധിച്ചിരുന്നില്ല. നീണ്ടുകൂർത്ത ഉടൽ ഇളക്കാതെ ചാച്ചും ചരിച്ചും അതോടി നടക്കുന്നു. അന്തിമോപചാരമർപ്പിക്കാനായി കുത്തിനിർത്തിയ പൊലീസുകാരന്റെ തോക്കിനെയാണ് എനിക്കപ്പോൾ ഓർമ്മ വന്നത്. തോക്കിന്റെ അറ്റത്തുനിന്ന് ഊർജ്ജസ്വലതയോടെ മേലോട്ടു തുപ്പുന്ന വെടിയുണ്ടപോലെ കറുത്ത

മീനിന്റെ വാൽമാത്രം കിതച്ചുകൊണ്ടിരുന്നു. ഉള്ളിൽ അടിവശത്ത്, വയർ വരെ പരന്നുകിടക്കുന്ന പോക്കൻ തവളയുടെ മഞ്ഞ നിറം അപ്പോഴാണ് ഞാൻ ആദ്യമായി ശ്രദ്ധിക്കുന്നത്. ഏട്ടമത്സ്യത്തിന്റേതുപോലെ അവളുടെ മുഖം പരന്നിരിക്കുന്നു. കുഞ്ഞുകണ്ണുകൾക്കു പകരം ഭംഗിയറ്റ രണ്ട് ഗോട്ടി കണ്ണുകൾ മുഖത്ത് മുഴച്ചു നില്ക്കുന്നു, നീണ്ട് വടിവില്ലാത്ത ശരീരത്തിന് ഒരു കമ്പിപ്പാരയുടെ ശരീരഭാഷ നിർമ്മിച്ചെടുത്തിരിക്കുന്നു. മറ്റുള്ളവ ഒന്നിനു പിന്നാലെ മറ്റൊന്ന് മണപ്പിച്ചു നടക്കുകയും നീന്തിയടുക്കുകയും ചെയ്യുമ്പോൾ ഒരു കൂസലുമില്ലാതെയാണ് എന്റെ കറുത്തവൾ വെട്ടിച്ചും തൊടാതേയും അവയ്ക്കിടയിലുടെ സധൈര്യം പാഞ്ഞുനടന്നത്. പോകപ്പോകെ എന്റെ കറുത്തവളുടെ രാത്രിയുണരുന്ന കരുത്ത് നോക്കിയിരിക്കുക എന്റെ പതിവുകളിലൊന്നായി.

ഒരു രാത്രി അന്നൊരു രണ്ടാം തവണയുടെ ഊഴമായിരുന്നു. ഞാൻ പതിവിലും നേരത്തെ ലൈറ്റണച്ച് കിടന്നു. പിറ്റേന്ന് ഞാൻ വളരെ വൈകി അവയ്ക്കുള്ള തീറ്റയുമായി എത്തി. ഉടൻ നിറയെ കുത്തികീറിയ പാട്ടുകളുമായി, തീപ്പന്തം അതാ ജലപ്പരപ്പിൽ വെട്ടിയിട്ട പാടത്ത് പോലെ ചാഞ്ചാടിക്കളിക്കുന്നു.

പഴയ പ്ലാസ്റ്റിക് അരിപ്പയുമായി ആ മൃതശരീരം കോരിയെടുക്കാൻ വന്നപ്പോൾ കറുത്തവളെ എടുത്തപ്പോഴുണ്ടായ സങ്കടം എനിക്കുണ്ടായില്ല. ഒരു തരം ഞെട്ടലും തരിപ്പുമാണ് പകരം ഉണ്ടായത്. എന്റെ കറുത്തവളായിരിക്കില്ലേ, ഇതിനു പിന്നിൽ.... അനക്കമറ്റ് കിടന്ന സമാധിയിൽ അവൾ സ്വയം കറുത്ത് സ്വരൂപിച്ചതാവാം. ഇത് അവളുടെ ആദ്യത്തെ തന്ത്രമാവാം. പഴയ കൂട്ടുകാരിയെ മറന്നു കാണില്ല. അതുപോലെ തനിക്കും സംഭവിക്കുമോ എന്ന ഭയം ഉറച്ചിരിക്കണം.

ഭക്ഷണമൊന്നും കാര്യമായി കഴിക്കാതെ ഞാൻ അന്നത്തെ പകൽ ഉരുക്കിതീർത്തു.

രാത്രി ഞാൻ മനസ്സിനെ പിടിച്ചുനിർത്താൻ വായിച്ചുതീരാറായ ഒരു പുസ്തകം തുറന്നുവെച്ച് ചില്ലുകൂടിനരികത്തിരുന്ന് വായന തുടങ്ങി.

രാത്രി സെക്യൂരിറ്റി കിടക്കുന്ന മനുഷ്യന്റെ കൂർക്കം വലി പുറത്തെ വരാന്തയിൽ ചുമരും തുളച്ച് കേൾക്കാം.

ഏകാന്തതയിൽനിന്ന് ഒരു ഭയം ചുറ്റിയടിച്ചുവന്ന് എന്റെ നെഞ്ചിൽ തൊട്ടു.

"പേടിയാണല്ലേ? ഉറക്കം വരുന്നില്ലല്ലോ?"

"അല്ല, ഞാൻ ഒരു ലോകത്തിലൂടെ സഞ്ചരിക്കുകയാണ്. ഉണർന്നിരിക്കാനായി" ഏകാന്തത അങ്ങനെയാണ്. നമുക്ക് സഞ്ചരിക്കുമ്പോൾ പല ലോകങ്ങളും തുറന്നിടും. പ്രത്യേകിച്ച്, നമ്മുടെ നെഞ്ചിനുപുറത്ത് ഒരു പുസ്തകമുണ്ടെങ്കിൽ അകത്തൊരു ലോകം നമുക്കായി ഉണർന്നിരിക്കും. ഏകാന്തമായ മനസ്സ് തരിശിട്ട പാടം പോലെയാണ്. അവിടെ പലതും പൊട്ടിമുളയ്ക്കും. വിളയും കളയും.

ഒരു കറുത്തവൾ അനുഭവിക്കുന്ന യാതനയുടെയും കണ്ണുനീരി

ന്റെയും സത്യമായ രേഖപ്പെടുത്തലായിരുന്ന ഞാൻ വായിച്ചുകൊണ്ടിരുന്ന പുസ്തകം. അവളാണ് പുസ്തകത്തിന്റെ പേരു പോലെ, *ഐരി ഗോബേർട്ടമെഞ്ചു. ഏൻ ഇന്ത്യൻ വുമൺ ഇൻ ഗ്വോട്ടിമല.* ഒരു കറുത്ത ഗോത്രവർഗ്ഗക്കാരിയായ ഭാരതസ്ത്രീ. അവൾക്ക് ആ കറുത്ത ചരിത്രമുണ്ട്. എന്റെ കറുത്ത മീനിനെപ്പോലെ, പീഡനങ്ങളിൽ പിടിച്ചുനിന്ന് അവൾ അവരുടെ നേതാവായി. ആയിരത്തിത്തൊള്ളായിരത്തി തൊണ്ണൂറ്റി രണ്ടിൽ സമാധാനത്തിനുള്ള നോബൽ പുരസ്കാര ജേതാവായി. ഗോത്രഭാഷ മാത്രം വശമുണ്ടായിരുന്ന അവൾ, പുറംലോകവുമായുള്ള സമ്പർക്കത്തിനായി വെളുത്തവരുടെ ഭാഷയായ സ്പാനിഷ് വാമൊഴിയായി പഠിച്ചെടുത്തു. മീനുകളെ നോക്കിയിരിക്കുമ്പോൾ അല്പം സംഗീതം ഞാൻ കേൾക്കാറുണ്ട്. സംഗീതം ആസ്വദിച്ചുകൊണ്ടിരിക്കുമ്പോഴാണ് മനസ്സിലുള്ള കനൽപ്പാടുകൾ വാക്കുകളായി എന്നിൽ ഉറയുക. അതൊക്കെ കുറിച്ചിടുക എന്ന എഴുത്തിന്റെ ഒരു ദുഃശീലവും എനിക്കുണ്ട്. ആ വാക്കുകൾ ജീവിതത്തിന്റെ സംഗീതമാണെന്ന് എനിക്ക് പലപ്പോഴും തോന്നാറുണ്ട്.

അങ്ങനെ എല്ലാംകൂടെ എന്നെ വരിഞ്ഞുകെട്ടിയ ഒരു രാത്രി. ഞാൻ അത്താഴത്തെപ്പറ്റി ഓർത്തതേ ഇല്ല. മയക്കത്തിലേക്ക് വഴുതിപ്പോയ ആ നിമിഷങ്ങളിലും എനിക്ക് വിശക്കുന്നുണ്ടായിരുന്നു. എന്റെ കറുത്ത മീൻ ദേഹമിളക്കാതെ വള്ളംകളിയിലെ ജയിക്കുന്ന വള്ളത്തിന്റെ കുതിപ്പുപോലെയുള്ള ഒരു തുഴച്ചിലിൽ വെള്ളത്തിന്റെ അതിർത്തിയിൽനിന്ന് തല ഉയർത്തി, തള്ളിയ കണ്ണുകൾ കൂർപ്പിച്ച് എന്നോട് ചോദിച്ചു.

“വിശക്കുന്നുണ്ടല്ലേ?”

“വല്ലാതെ” ഞാൻ ഉറക്കത്തിൽ ചുണ്ടുകളനക്കി.

“ഇതാ ഇപ്പോൾ. ഒരു നിമിഷം.” അവൾ ചില്ലുപാത്രത്തിലേക്ക് തുഴഞ്ഞിറങ്ങി. വെള്ളത്തിനടിയിൽ കല്ലുകളനങ്ങി. കറുത്ത ചിറകുകൾ കൈകളാക്കി അവൾ ഇരുണ്ട കല്ലുകൾ കൊണ്ട് കല്ലടുപ്പുകൂട്ടി. അടുപ്പിനുമുകളിലേക്ക് കുഞ്ഞുകൽച്ചട്ടി കയറ്റിവെച്ച് ചിറകുകൾ വിടർത്തി തീയാളിക്കാൻ തുടങ്ങിയപ്പോൾ ഉറക്കത്തിന്റെ പാതാളക്കരണ്ടിയുടെ ചരട് മനസ്സിന്റെ അടിത്തട്ടോളം താഴ്ത്തിയിട്ട് അവൾ കുഞ്ഞുകൈകൾ കൊണ്ട് മാവ് കോരിയൊഴിച്ച് നെയ്യപ്പം വേവിച്ചെടുത്തു. ഞാൻ ഉറക്കത്തിന്റെ അഗാധതയിൽനിന്ന് കൂർക്കത്തിന്റെ ചീളുകൾ മേൽപ്പോട്ട് വലിച്ചെറിഞ്ഞ് ഏകാന്തതയുടെ മൗനം ഉലച്ചു. അവൾ തിളയ്ക്കുന്ന എണ്ണയിൽ നെയ്യപ്പങ്ങൾ ഒന്നൊന്നായി തിരിച്ചിട്ട് എന്റെ മനസ്സിലേക്ക് നെയ്യപ്പങ്ങളുടെ നറുമണമെത്തിച്ചു. ഞാൻ ഉറക്കത്തിലും മൂക്ക് വിടർത്തി അത് ആവാഹിച്ചെടുത്തു. തലയ്ക്ക് തൊട്ടുതാഴെയുള്ള വലം ചിറക് കൈയാക്കി, ഒരു പ്ലാസ്റ്റിക് ഇലയിൽ കുറച്ച് നെയ്യപ്പങ്ങളുമായി കൃത്രിമ പൂവുകളും തലകളും പുല്ലുകളും വകഞ്ഞുമാറ്റി അവൾ മേലേക്ക് തുഴഞ്ഞുവന്ന് അരികത്തു നിന്ന് എന്നെ വെല്ലുവിളിച്ചപ്പോൾ പൊടുന്നനെ ഉറക്കം ഞെട്ടി പകപ്പോടെ ചുറ്റും നോക്കി.

ഇതുവരെ താൻ ഏതൊരു ലോകത്തായിരുന്നു? പെട്ടെന്നുണ്ടായ ഒരു മതിഭ്രമത്താലെന്നവണ്ണം ഞാൻ ലൈറ്റ് തെളിച്ച് ചില്ലുകൂട്ടിനകത്തേക്ക് ഓടി കൂട്ടിനുള്ളിലെ സി എഫ് ലാമ്പ് തെളിച്ചു. വെള്ളി വിശറിച്ചിറകുകളുള്ള രണ്ട് മീനുകളും ജലോപരിതലത്തിൽ അനക്കമറ്റ് കിടക്കുന്നു. ഒരു മലവെള്ളപ്പാച്ചിലിന്റെ കുത്തൊഴുക്കിൽ സ്വന്തം കൂടന്വേഷിക്കുന്ന പാഴ്ത്തടികൾപോലെ അവ ചാഞ്ചാടി നില്ക്കുന്നു. ഞാൻ തിരികെയോടി ആരെങ്കിലും തട്ടിപ്പറിക്കാനിരിക്കുന്നെന്ന വണ്ണം എന്റെ പുസ്തകം, പെട്ടെന്ന് നെഞ്ചോട് ചേർത്തു പിടിച്ചു. പുസ്തകങ്ങളുടെ അടച്ചിട്ട പുറംചട്ട, അകത്തേക്ക് തുറക്കുന്ന വ്യത്യസ്ത ലോകങ്ങളുടെ വാതിലുകളാണെന്ന് എനിക്ക് പലപ്പോഴും തോന്നിയിട്ടുണ്ടെങ്കിലും, അന്നത് ഞാൻ തീർത്തുറപ്പിച്ചു, സ്വയം ജീവിക്കുന്ന മടുപ്പിൽ നിന്ന് അല്പനേരത്തേക്കെങ്കിലും മാറിനില്ക്കാൻ നാം കടന്നെത്തുന്ന മായാജാലങ്ങളുള്ള ലോകമാണ് അവ.

എന്റെ കറുത്ത മീനിനെപ്പോലെ, ആ പുസ്തകത്തിൽ ജീവിക്കുന്നവർക്കും കറുത്തവരുടെ ഒരു ലോകമുണ്ട്.

അവർ അവിടുത്തെ മണ്ണിനെ കെട്ടിപ്പിടിച്ച് അതിൽ കൃഷി ചെയ്തു. അവിടുത്തെ വെളുത്ത പട്ടാളം കൈയും കെട്ടി നോക്കിനിന്നു.

അവർ കൃഷി പരിപാലിച്ച് വിളവെടുത്തു.

വെളുത്ത പട്ടാളം മൗനാനുവാദം നല്കി.

അവർ കൃഷിസ്ഥലം ഫലഭൂയിഷ്ഠമായ മണ്ണാക്കി മാറ്റി, അടുത്ത വിളവിറക്കി.

വെളുത്ത പട്ടാള സർക്കാരുമായി ചേർന്ന് അവരെ ആട്ടിയോടിച്ച് ഭൂമി പിടിച്ചുപറിച്ച് ഉടമകളെന്നവകാശപ്പെട്ട പണക്കാർക്ക് കൈമാറി.

അവർ മുണ്ടുമുറുക്കി അന്തിച്ചുനിന്നപ്പോൾ–

വെളുത്ത പട്ടാളം കൈയിൽ കടലാസുകൾ കാട്ടി പ്രലോഭിപ്പിച്ച് മറ്റൊരു ഭൂമി ചൂണ്ടി അവരെക്കൊണ്ട് ഒപ്പിടുവിച്ചു. ഈ ഭൂമി ഇനി നിങ്ങളുടേത് മാത്രമാണ്. നിങ്ങൾക്കിവിടെ അദ്ധ്വാനിക്കാം. സ്വർഗ്ഗരാജ്യം തീർക്കാം.

അവർ നിരക്ഷരരാണെന്ന കാര്യം മറന്നിട്ട് ആഹ്ലാദത്തിൽ, വിരലടയാളവും അറിയാത്ത ഒപ്പും ചാർത്തിക്കൊടുത്തു. പുതിയ ഭൂമിയിൽ പൊന്ന് വിളയിച്ചു.

വെളുത്ത പട്ടാളം വീണ്ടും കടലാസുകൾ പറപ്പിച്ച് അവരെ പുതിയ ഇടങ്ങളിലേക്ക് ഓടിച്ചു.

അവർ ഭൂമി മുഴുവൻ പൊന്ന് വിളയിച്ചു.

വെളുത്ത പട്ടാളം അത് മൊത്തം കൈയടക്കി.

അവർ സഹികെട്ട് തങ്ങൾക്കിടയിലെ മൗനം പൊഴിച്ചു. തമ്മിൽ മിണ്ടാൻ തുടങ്ങി. പ്രതിരോധത്തിന്റെ ചർച്ചകൾ ഉടലെടുത്തു.

വെളുത്ത പട്ടാളം കണ്ണുകൾ തുറന്ന് കൂടുതൽ കണ്ടു. ചെവികൾ കൂർപ്പിച്ചു. തല പുകച്ചു.

അവർ പ്രതിരോധത്തിനായി കല്ലുകൾ പെറുക്കി, കമ്പുകളൊടിച്ച്, കള്ളക്കുഴികൾ തീർത്ത് കാത്തിരുന്നു. കറുത്തപട്ടാളം തോക്കുകൾ നീട്ടി, കാട്ടുവഴികൾ താണ്ടി മലകൾ കയറിയിറങ്ങി.

അവരുടെ കാടിന്റെ നെഞ്ചിടിപ്പു കൂടി. കാട്ടുവഴികൾ വിരണ്ടു. വെളുത്ത പട്ടാളത്തിന് വഴിതെറ്റി. ചിലർ കള്ളക്കുഴികളിൽ വീണു. അവർ എന്നിട്ടും ആരെയും കൊന്നില്ല. കുഴികളിൽനിന്ന് കൈപിടിച്ചുകയറ്റി നല്ല നടപ്പിന് ഉപദേശിച്ച് തിരിച്ചയച്ചു. കാരണം അവരിൽ പലരും സ്വന്തം ചോരയായിരുന്നു. പട്ടിണിയെപ്പേടിച്ച് പട്ടാളത്തിൽ ചേർന്നവരായിരുന്നു.

വെള്ളപ്പട്ടാളം തിരിച്ചുചെന്നു ചതിയന്മാരെ വെടിവെച്ചു വീഴ്ത്തി. പകരം വീട്ടാൻ അവരെ കൂട്ടകശാപ്പ് ചെയ്തു. ഉണർച്ചയിലേക്ക് എഴു ന്നേറ്റവരെ തട്ടിക്കൊണ്ടുപോയി കൊന്നു.

അവരുടെ ഒരു പതിനാറു വയസ്സുകാരനെ, റിഗോബേർട്ട മെഞ്ചു വിന്റെ അനുജനെ അങ്ങനെയാണവർ തട്ടിക്കൊണ്ടുപോയത്. അവന്റെ തലയിലെ തൊലിയുരിച്ച്, ഇരുവശത്തേക്കും അടർത്തിയിട്ട്, ജനനേന്ദ്രിയം പിന്നിൽനിന്ന് ചരടുകൊണ്ട് കെട്ടി മുന്നിലേക്ക് ഓടിച്ചു. നഗ്നനായി, തട്ടി ക്കൊണ്ടുപോയ മറ്റുള്ളവരോടൊപ്പം ദിവസങ്ങളോളം അല്പം വെള്ള മുള്ള കിണറ്റിലേക്ക് തള്ളിയിട്ട്, കൂടുതൽ പീഡിപ്പിക്കാനായി മാത്രം ഒരല്പം ഭക്ഷണം കൊടുത്ത് ജീവൻ നിലനിർത്തി. ആജ്ഞാപിച്ച് മുന്നി ലെത്തിച്ച മൊത്തം ഗോത്രക്കാരുടേയും മുന്നിൽവെച്ച് മണ്ണെണ്ണയൊഴിച്ച് അവനെ ചുട്ടുകൊന്നു.

വെള്ളപട്ടാളം അവർക്ക് കനത്തിലൊരു പാഠം പഠിപ്പിച്ച് കൊടുക്കു കയായിരുന്നു. തുടർന്ന് ഓരോരുത്തരെയായി, മെഞ്ചുവിന്റെ അച്ഛനെ, മറ്റൊരനുജനെ, അമ്മയെ പട്ടാളം കശാപ്പ് ചെയ്തു.

അമ്മയെ ബലാത്സംഗം ചെയ്തും, അല്പം ഭക്ഷണം നല്കി ജീവൻ നിലനിർത്തി വീണ്ടും വീണ്ടും ബലാത്സംഗം ചെയ്തും കൊന്നു. മരണ സമയത്ത് ഒരു പട്ടാളക്കാരൻ ദേഹത്തുകയറിനിന്ന് വായിലൊഴിച്ച മൂത്രം കൊണ്ട് അവർ സ്വന്തം ഊർദ്ധ്വൻ തർപ്പണം ചെയ്തു.

ഒരു ജനതയ്ക്കുമേൽ ചൊരിഞ്ഞ പീഡനങ്ങളുടെ ലാവ മെഞ്ചു റ്റിന്റെ നെഞ്ചിൽ സഹനത്തിന്റെ ഉരുക്കായി ഉറഞ്ഞുകൂടി. ആ ഉരുക്കു കൊണ്ട് അവർ സ്വന്തം ആൾക്കാർക്ക് രക്ഷയുടെ കവചം തീർത്തു. സ്നേഹവും അലിവും ചേർത്ത് അവർ നയിച്ച സമരങ്ങൾകൊണ്ട്. സ്വന്തം കഥ എന്നൊന്ന് അവർക്കുണ്ടായിരുന്നില്ല. സ്വന്തം ഗോത്രത്തിന്റെ, സമാനമായ മറ്റു ഗോത്രങ്ങളിൽപ്പെട്ടവരുടെ കഥ, വാമൊഴിയിൽനിന്ന് വര മൊഴിയായി എഴുതിച്ച് അവർ ലോകരെ കേൾപ്പിച്ചു.

മെഞ്ചു എന്നിൽ കാടിളക്കി നടന്നിരുന്ന ഒരു നേരത്ത്, രാവിലത്തെ പതിവുകൾ വൈകിച്ച ഒരു ദിവസം, ഓർക്കാപ്പുറത്ത് എന്റെ വീടിന്റെ പുറത്തെ വിളിമണി കിലുങ്ങി.

വീട്ടുസഹായി പാർവ്വതി അവൾക്കായി ഉണ്ടാക്കിവെച്ച പ്രാതലിൽ നിന്ന് എനിക്കായി അടച്ചുവെച്ച ഒരു പങ്ക് ഞാൻ തൊട്ടുനോക്കിയിട്ടു

പോലുമില്ല.

സന്ദർശകർ തീരെ ഇല്ലാത്ത എനിക്ക് ആരാവും ഇന്ന് എന്നോർത്ത് ഞാൻ ചില്ലുകൂട്ടിനരികിൽ അല്പനേരം നിന്നു. പതിവില്ലാത്ത വിധം എന്റെ കറുത്ത മീൻ മേലേക്ക് ഒന്നാഞ്ഞു കുതിച്ചു. ഇതുവരെ ചാടിയതിൽ വെച്ചേറ്റവുമധികം ദൂരം അവൾ വെള്ളത്തിനു മുകളിലൂടെ താണ്ടി. ഞാൻ ഒരുറപ്പിനായി കുറച്ചുനേരം നോക്കിനിന്നു. ഇല്ല, വെള്ളത്തിനു മുകളിൽ പൊങ്ങിക്കിടന്ന തീറ്റപ്പൊട്ടുകൾ ഒന്നുപോലും അവൾ അകത്താക്കിയിട്ടില്ല. അവളിതുവരെ വായ തുറക്കുന്നത് ഞാൻ കണ്ടിട്ടില്ല. പെട്ടെന്നുള്ള ഭൂകമ്പത്തിൽ കറുത്തവളെ കൂടാതെ ചില്ലുപാത്രത്തിൽ അവശേഷിച്ച വിളറിയ ചാരനിറത്തിലുള്ള ഒരു മീൻ അന്ധാളിച്ച് ഭിത്തിയിലേക്ക് പതുങ്ങി. എന്റെയുള്ളിൽ പ്രതിരോധത്തിനായി, ഒളിച്ചും പതുങ്ങിയും സ്വന്തം സേനയെ ഉത്തേജിപ്പിച്ചും, ശത്രുവിൽനിന്ന് രക്ഷപ്പെടാൻ മറ്റിടങ്ങളിലേക്ക് പാലായനം ചെയ്തും മെഞ്ചു കോലാഹലം കൂട്ടിക്കൊണ്ടിരുന്നു. അവളുടെ വിജയത്തിനായി ഞാൻ കണ്ണടച്ച് പ്രാർത്ഥന തുടങ്ങിക്കഴിഞ്ഞിരുന്നു.

വീണ്ടും എന്റെ വിളിമണിയുടെ ശബ്ദം പൊട്ടിച്ചിതറി. നെഞ്ചിൽ മെഞ്ചുവിന്റെ കോലാഹലം പെട്ടെന്ന് ബ്രേക്കിട്ട് കുലുങ്ങിനിന്നു. ഞാൻ ഇരിപ്പിടത്തിൽ നിന്നെഴുന്നേറ്റ് വാതിൽ തുറന്നു. വലതു കൈ വാതിലിലേക്ക് നീട്ടിപ്പിടിച്ച് എന്നെ ആപ്പിലാക്കാൻ പോന്ന ഒരു ചിരി ചിരിച്ച് ഒരു വെള്ളിത്തലയൻ വടിപോലെ അലക്കിത്തേച്ച ഷർട്ടിലും കസവുമുണ്ടിലും മുന്നിൽ നില്ക്കുന്നു.

“ഗുരുവായൂർക്ക് ഒരു കല്യാണത്തിന് പോണ പോക്കാ. നീ ഇവിട്യാന്നറിയാം. എത്ര കാലായി കണ്ടിട്ട്. എപ്പഴും വിചാരിക്കും ഇതിലേ പോവ്മ്പം കേറണംന്ന്. എന്തോ, ഇപ്പാ ഒത്തത്.”

എന്റെ സതീർത്ഥ്യൻ. ഒരടുത്ത ബന്ധു. പഠിക്കുമ്പോൾ വലിയ മൃഗസ്നേഹി. പക്ഷിസ്നേഹി. വളർത്തുപൂച്ച. നായ, മുയൽ, പിന്നെ ഒരു തത്തയും.

എനിക്ക് പെട്ടെന്ന് വല്ലാത്ത സന്തോഷം തോന്നി. അത് മുഖത്തു നിറച്ച് ഞാൻ അവനെ വരവേറ്റു.

“ഇരിക്ക്” അവനോട് തുരുതുരാ വിശേഷങ്ങൾ ചോദിച്ചപ്പോൾ എന്റെ കണ്ണുകൾ ഇടയ്ക്കിടെ ചില്ലുപാത്രത്തിലേക്ക് പാഞ്ഞു.

ഇരുന്നശേഷം അവൻ ആദ്യം പറഞ്ഞ വാചകങ്ങൾ ഇതാണ്.

“എനിക്കെന്തോ തീരെ ഇഷ്ടമല്ല, ഈ മത്സ്യങ്ങളെ ഇങ്ങനെ പൂട്ടിയിടുന്നത്. വല്ല തോട്ടിലോ, പൊഴേലോ ജീവിക്കേണ്ടതിനെ... സങ്കടം തോന്നും. നീ ആ കറുത്തയ്നീം, മറ്റയ്നീം കൊണ്ടോയി ഏതെങ്കിലും പൊഴേലോ, തോട്ടിലോ എറക്ക്. കറുത്തയ്ക്ക് നല്ല ഉഷാറ്ണ്ടല്ലോ”

കൊത്തിയത് എന്റെ നെഞ്ചിലാണ്. എനിക്കവിടെ വല്ലാതെ നൊന്തു. നോവുമ്പോൾ എന്റെ ബുദ്ധി ഉണരില്ല. പറയാനുള്ള വാക്കുകൾ താനേ തൊണ്ടയിൽ അമരും. ഞാൻ പണ്ടേ അങ്ങനെയാണ്.

ചായയ്ക്കും വിശേഷങ്ങൾക്കും ശേഷം അവൻ പുറത്തിറങ്ങി. പിന്നേയും കുറെ കഴിഞ്ഞപ്പോഴാണ് എന്റെ ബുദ്ധി ഉണർന്നത്. വാക്കുകൾ തൊണ്ടയിൽനിന്ന് ജീവൻ വെച്ചെഴുന്നേറ്റത്. അപ്പോഴേക്കും അവൻ എത്തേണ്ടിടത്ത് എത്തിക്കഴിഞ്ഞിരുന്നു.

"അതിന് ഈ മത്സ്യങ്ങൾ വളർത്തുമത്സ്യങ്ങളല്ലേ? പുഴയിലും തോട്ടിലും വിട്ടാൽ അവ ചത്തുപോകുമെന്ന ബുദ്ധിപോലും നിനക്കില്ലാതെ പോയല്ലോ. നീ പണ്ട് എത്രയെണ്ണത്തിനെ ഇങ്ങിനെ തടവറയിലിട്ടിരിക്കുന്നു?" പറയാൻ കഴിയാത്ത ഈ വാക്കുകൾ എന്റെ നെഞ്ചിൽ കൂട്ടിയ ദുഃഖവും തലയിൽ പുകച്ച ഭാരവും ചില്ലറയല്ല.

അവനിറങ്ങിയ ഉടനെ ഞാൻ വേഷം മാറി നല്ല സാരിയുടുത്തു. പാർവതിയോടു പറഞ്ഞ് തൊട്ടടുത്ത മുക്കിൽനിന്ന് ഒരു ഓട്ടോ വിളിച്ചു വരുത്തി. എന്റെ തിടുക്കം കണ്ട് അവൾ അന്തിച്ചുനിന്നു വിലക്കി.

"എവിടേക്കാ ഇത്ര പെട്ടെന്ന്? അമ്മ ഇപ്പോ പോവണ്ട. എന്റെ പണിയെല്ലാം ഒതുങ്ങട്ടെ. ഞാനും കൂടെ വരാം."

ഞാനവളെ കർശനമായി വിലക്കി. റിഗോബേർട്ടമെഞ്ചുവും എന്റെ കറുത്ത മീനും ഉള്ളിലിരുന്ന് ചുരമാന്തുകയാണ്. ചിലപ്പോൾ അങ്ങനെയാണ്. കൈകളും കാലുകളും മറ്റവയവങ്ങളും ഒന്നൊന്നായി പണിമുടക്കിക്കൊണ്ടിരിക്കുമ്പോൾ മനുഷ്യന് ആത്മധൈര്യം കൂടും. ഉള്ളിൽ ആർജ്ജവം കത്തും. അവസാനത്തോട് നടന്നടുക്കുമ്പോൾ വർദ്ധിത വീര്യത്തോടെ ജീവിതം അവനെ മാടിവിളിക്കുന്നതായി തോന്നും. ജീവിതത്തെ സ്നേഹിക്കുന്ന ഒരാൾക്ക്, കനിവിന്റെ വറ്റാത്ത നീരുറവ മനസ്സിൽ കൊണ്ടുനടക്കുന്ന ഒരാൾക്ക് അതങ്ങനെയാവാതെ തരമില്ല.

സ്വപ്നത്തിൽ കല്ലടുപ്പുകൂട്ടി എനിക്ക് നെയ്യപ്പം ചുട്ടുതന്ന എന്റെ കറുത്തമീൻ. ഗഹനമായ കാട്ടുപാതയ്ക്കരികിൽ ഒളിച്ചിരിക്കുന്ന ഒരു ഗറില്ലാപോരാളിയെപ്പോലെയാണവൾ. കല്ലുകൾക്കും കൃത്രിമപ്പൂവുകൾക്കും പുറ്റിനുമിടയിൽ ശത്രുക്കളെ തുരത്തുന്ന തന്റേടിയായ ഒരു കറുത്ത പോരാളിയായി സ്വയം മാറ്റിയെടുത്തിരിക്കുന്നു.

ഓട്ടോറിക്ഷ നിർത്തിച്ച്, എന്നെ അനുസരിക്കാത്ത പാദങ്ങൾ നീട്ടിവെച്ച്, ഞാൻ നാലഞ്ച് പടവുകൾ കയറി. മീനും വെള്ളം നിറച്ച ചില്ലുപാത്രങ്ങളും നില്ക്കുന്ന കടയിലേക്ക് കാലെടുത്തുവെച്ചു. പരിചയമുള്ള കടയുടമ ഒരു സ്റ്റൂളിട്ടുതന്ന് എന്നെ ഇരുത്തി. ഒടിഞ്ഞ വീണക്കമ്പികൾ പോലെ നിലയ്ക്കുനില്ക്കാത്ത ഞരമ്പുകൾ കുത്തിപ്പറിക്കുന്ന കൈകൾ നീട്ടി ഞാൻ നാലഞ്ചു മത്സ്യങ്ങളെ തെരഞ്ഞെടുത്തു. നിറങ്ങൾ കൊണ്ട് അഹങ്കരിച്ച് തുടിക്കുന്നവയെ.

റിഗോബേർട്ട മഞ്ചുവെന്ന എന്റെ കറുത്ത മീനിന് പൊരുതി ജയിക്കുവാൻ ഇവർ ധാരാളമാണ്.

മൂന്നാർ

ലാപ്ടോപ്പിന്റെ ഭാരത്താൽ വലത്തോട്ടു ചരിഞ്ഞ തോളിൽനിന്ന് വലിപ്പമുള്ള സഞ്ചി. ഒരു കവണതെറ്റലിന്റെ വേഗത്തോടെ ചടപടാന്ന് ബസിറങ്ങി. പിറകെ, ചഞ്ചലമായ പാദങ്ങളോടെ ചന്ദ്രികയും.

മൊബൈൽഫോൺ ഞെക്കി, അവൻ പ്രതീക്ഷിച്ചിരുന്ന ആളെ വിളിച്ചു. ബസ്സ്റ്റാന്റിന്റെ കവാടത്തിൽനിന്ന് ഒരു ചുവന്ന ഫുൾകൈ സ്വെറ്റർ രണ്ടു കൈകളുമുയർത്തി അഭിവാദ്യം ചെയ്തു. തലയിലെ മുഷിപ്പു കയറിത്തുടങ്ങിയ ഒരു വെള്ളത്തൊപ്പിയുടെ തീർച്ചപ്പെടുത്തലിൽ രമണൻ മുന്നോട്ടു നടന്നു.

ഗൈഡ് മദനരാജിനെ പിന്തുടർന്ന് രമണനും ചന്ദ്രികയും ബസ്സ്റ്റാന്റിൽനിന്ന് പുറത്തുകടന്ന്, നടന്നുനടന്ന് പട്ടണം പിന്നിട്ടു. ചെറിയ ഒരു കുന്നിൻചെരിവിന്റെ ഉച്ചിയിലേക്ക് കുത്തനെയുള്ള പാത നടന്നു കയറിയപ്പോൾ രമണന് ഒട്ടും ആയാസപ്പെടേണ്ടിവന്നില്ല.

അല്പമകലെ വലിയൊരു കുന്നിൽനിന്നിറങ്ങിവന്ന് കോട പൊതിയുന്നു. കാറ്റ് ചൂളം കുത്തുന്നു. ഭൂമിയുടെ കുളിര് ചെരുപ്പിൽനിന്ന് കാലുകളിലൂടെ മേലേക്ക് പെരുത്തുകയറുന്നു.

ചന്ദ്രികയ്ക്ക് സഹിക്കാൻ കഴിഞ്ഞില്ല. ഓരോ ചുവടുവയ്പിലും കുത്തനെ തെന്നിയും തണുപ്പിൽ കിടുത്തും തോൾ സഞ്ചിയുടെ കനം മറന്ന് അവൾ മുന്നോട്ടു കയറി. കാറിലുള്ള കോളേജിൽ പോക്കും വീട്ടിലെ സൗകര്യങ്ങളും ഊൺ മേശയിലെത്തുന്ന ആവി പാറുന്ന വിഭവങ്ങളും ഓർത്തപ്പോൾ, രണ്ടിലൊന്നു കല്പിച്ച് രമണന്റെ കൂടെ ഇറങ്ങിത്തിരിച്ച നിമിഷത്തെ ഓർത്ത് പെട്ടെന്നവൾക്ക് വാവിട്ട് കരയാൻ തോന്നി. അടുത്ത നിമിഷത്തിൽ വലതുകൈ ഉയർത്തി വായ പൊത്തി

പ്പിടിച്ചു. ചിന്തകൾ മനസ്സിന്റെ നിയന്ത്രണം ഏറ്റെടുത്തു.

ചെറിയ വരാന്ത തിരിയുന്നിടത്തെ, ഇരട്ട കട്ടിലിട്ട, ഒതുക്കവും വൃത്തിയുമുള്ള മുറിയുടെ വാതിൽ തുറന്ന് മദനരാജ് അവരെ ആദ്യരാത്രിക്കുള്ള ഇടം കാട്ടിക്കൊടുത്തു. ചെറിയ ബാൽക്കണിയിലേക്കുള്ള വാതിൽ തുറന്നിട്ട് തിരിഞ്ഞുനിന്നു. ആലസ്യത്തിലും മടുപ്പിലും കോട്ടുവായിടുന്നവളുടെ മുന്നിലേക്ക് ഒരു ചൂടുചായക്കോപ്പ നീക്കിവച്ചതുപോലെ ചന്ദ്രികയിൽ ഒരുണർവ്വ് പതഞ്ഞുപൊങ്ങി. ബാൽക്കണിയിൽനിന്ന് താഴേക്കുള്ള കാഴ്ചയിൽ അടിവാരത്തിന്റെ സൗന്ദര്യം പതഞ്ഞുയരുന്നു. "വാഹ്...... രമൺ"- ചന്ദ്രികയുടെ കിതപ്പും ഉത്സാഹവും കണ്ട് മദനരാജൻ അവരെ തനിയെ വിട്ട് സ്ഥലം കാലിയാക്കാൻ തിടുക്കം കൂട്ടി. "നാൻ വരട്ടെ സാർ. ബാത്ത്റൂമിൽ ചുടു തണ്ണിയും ടവ്വലും സോപ്പും ഉണ്ട്. ശാപ്പാട് ടൗണിൽ കിട്ടും. വേണേന്നാൽ ഇവിടെ കൊണ്ടത്തരാം. രണ്ടു മാസം കഴിഞ്ഞാൽ ഈ ഹോംസ്റ്റേയിൽത്തന്നെ സാപ്പാട് കെടയ്ക്കും. നാൻ തന്നെ കുക്ക്. എനക്ക് ചൈനീസും ഇന്ത്യനും എല്ലാം തെരിയും സാർ. റെഡിയാനാൽ കൂപ്പിട്. എല്ലാ സ്ഥലവും കാട്ടിക്കൊടുപ്പേൻ"

മദനരാജിന്റെ മലയാള തമിഴ് പേച്ച് കേട്ട് കൗതുകത്തോടെ ചന്ദ്രിക രമണനോട് പറഞ്ഞു, "നിന്റെ കുന്നുകൾക്ക് ഇത്ര ഭംഗിയുണ്ടാവുംന്ന് ഞാൻ വിചാരിച്ചതേ ഇല്ലട്ടോ. ചെറിയ കുന്നിന് ഇത്രേം ഭംഗീണ്ടെങ്കിൽ, എന്താവും വലിയവയുടെ ഭംഗി?" പട്ടണവാസിയാണ് ചന്ദ്രിക. സ്കൂൾ വരെ പഠിച്ചതും വളർന്നതും ഗൾഫിൽ. പിന്നെ പറിച്ചുനട്ടത് ബംഗളൂരു നഗരത്തിലെ എൻ ആർ ഐ ക്വാട്ടയിലെ വിലപിടിപ്പുള്ള എഞ്ചിനീയറിങ് പഠനത്തിന്.

വലിയ തലയും കറുത്ത് കരുത്തുറ്റ ദേഹവുമുള്ള രമണന് എപ്പോഴും പറയാനുണ്ടായിരുന്നത് കുന്നിനേയും കാടിനേയും, അവന്റെ അച്ഛന്റെ കൂടെ മണ്ണിൽ അദ്ധ്വാനിച്ച് മനസ്സിനും ശരീരത്തിനും കൈവന്ന കരുത്തിനേയും പറ്റിയാണ്.

ഒരു തരത്തിലും യോജിക്കില്ല രണ്ടുപേരും.

പഠിപ്പിൽ ബഹു മിടുക്കനായിരുന്നു രമണൻ. പാറക്കൊട്ട മലയിലെ എൽ പി സ്കൂളിലും പിന്നെ നാലു കിലോമീറ്റർ നടന്ന് മാതാഗിരിയിലെ പ്ലസ്ടു വരെയുള്ള ക്ലാസുകളിലും ഏറ്റവും കൂടുതൽ മാർക്കുവാങ്ങി പാസായ അവനെ ബംഗളൂരുവിലെത്തിച്ചത് ഹരിദാസ് മാസ്റ്ററാണ്.

ഇക്കാലത്ത് മഷിയിട്ടു നോക്കിയാൽ കാണില്ല ഇത്ര സഹജീവിസ്നേഹവും പറഞ്ഞ വാക്കുകൾ പ്രവർത്തിക്കുന്ന സത്യസന്ധതയും ഉള്ള ഒരാളെ. ഇംഗ്ലീഷിലും മലയാളത്തിലും ഡോക്ടറേറ്റുള്ള അദ്ദേഹത്തെ നാട്ടുകാർ സ്നേഹത്തോടെ മാഷേ എന്നേ വിളിക്കാറുള്ളൂ.

രമണന്റെ വീടിനടുത്തുള്ള സ്വന്തം തറവാട്ടിൽ ചെന്നാൽ മാസ്റ്റർ എന്നും രമണന്റെ വീട്ടിലെത്തും. അവന്റെ പഠിപ്പിലുള്ള മിടുക്കും അച്ഛനെ

കൃഷിപ്പണിയിൽ സഹായിക്കാനുള്ള ആർജ്ജവവും കണ്ടപ്പോൾ ശുദ്ധ ഗ്രാമീണനായ അച്ഛനെ വിട്ട് പഠിപ്പിനായി മറ്റു പട്ടണങ്ങളിൽ പോയി ചുവടു തെറ്റരുതെന്ന് കരുതിയാണ് സ്വന്തം മക്കളില്ലാത്ത മാസ്റ്റർ അവനെ നിർബ്ബന്ധിച്ച് കൂടെ കൂട്ടിയത്. ബംഗളൂരു നഗരത്തിൽ അവന് ഉയരാനുള്ള എല്ലാ സാദ്ധ്യതകളും മാസ്റ്റർ കണക്കുകൂട്ടി വച്ചിരുന്നു. പുറത്തു പറയാത്ത ഒരു സാമ്പത്തിക സഹായവും മാസ്റ്ററുടെ മനസ്സിലുണ്ടായിരുന്നു. പ്രൊഫസർ പണിയിൽനിന്ന് വിരമിച്ച് ബംഗുളൂരുവിലെ ഭാഷാ ഇൻസ്റ്റിറ്റ്യൂട്ടിന്റെ തലപ്പത്തിരുന്ന അദ്ദേഹത്തിന്റെ താമസസ്ഥലത്ത് ഒരാൾക്ക് അധികമുള്ള ഭക്ഷണവും സൗകര്യവും ഒരു പ്രശ്നമേ ആയിരുന്നില്ല.

അദ്ധ്വാനിയായ രമണൻ നഗരത്തിന്റെ ഭൂമികയിലേക്കിറങ്ങി, ഒഴിവുസമയങ്ങളിലും സീസണുകളിലും റസ്റ്റോറന്റുകളിലും കടകളിലും ജോലി ചെയ്ത് അച്ഛന്റെയും മാസ്റ്ററുടെയും ഭാരം കുറച്ചു.

കോളേജിലെ ഒരു പരിപാടിക്ക് ഓടക്കുഴൽ വായിച്ചപ്പോഴാണ് തന്റെ ഒരു കൊല്ലം സീനിയറായ രമണനെ ചന്ദ്രിക ആദ്യമായി കണ്ടത്. കറുത്ത് കട്ടപോലുള്ള ശരീരവും അതിനൊട്ടും യോജിക്കാതെ ചുണ്ടിൽ ചേർത്തുപിടിച്ച മഞ്ഞച്ച ഒരോടക്കുഴലും. എന്തൊരു കോൺട്രാസ്റ്റ്. അവൾക്ക് വല്ലാത്ത ബോറായി തോന്നി. ഹരി പ്രസാദ് ചൗരസ്യയുടെ അന്തസ്സുറ്റ ഒരു കച്ചേരി അവളുടെ മനസ്സിലൂടെ കടന്നുപോയി. ചിട്ടപ്പെടുത്തിയ രാഗങ്ങൾ. മാന്യരായ ശ്രോതാക്കളുടെ അച്ചടക്കമുള്ള ആസ്വാദന തലകുലുക്കലുകൾ. ഉപകരണ സംഗീതത്തിൽ വല്ലാത്ത കമ്പമായിരുന്നു ചന്ദ്രികയ്ക്ക്.

ഏതാനും നിമിഷങ്ങളുടെ ചെടിപ്പിനുശേഷം രമണന്റെ വായന അവളെ സാവധാനം ഒരു കാന്തിക വലയത്തിലേക്ക് അടുപ്പിക്കുകയായിരുന്നു. അവളുടെ കണ്ണുകൾ അവന്റെ ചുണ്ടുകളിൽ കൊരുത്തു നിന്നു. മയപ്പെട്ട ഒരു രാഗത്തിനപ്പുറം വന്യവും യഥാർത്ഥവുമായ ഒരു തലത്തിലേക്ക് അവന്റെ സംഗീതം കൂലംകുത്തിയൊഴുകുന്നു. ചുണ്ടിന്റെ ചലനവും കുഴലിന്റെ നാദവും ചേർന്ന് ആ മുഖത്തിന് വന്യസുന്ദരമായ ഒരു മാന്ത്രികത സൃഷ്ടിക്കുന്നു. പിന്നിലെ കർട്ടനിൽ വരഞ്ഞിട്ട കാടിന്റെയും മൃഗങ്ങളുടെയും ചിത്രങ്ങൾ സംഗീതത്തിന്റെ ഊർജ്ജത്തിൽ ചലിക്കുന്നു. കാനനച്ചോലയിൽ ആടു മേയ്ക്കുന്ന രമണനെയോ അവനെ വരച്ച ചങ്ങമ്പുഴയെയോ അവൾക്ക് ഒട്ടും അറിയില്ലായിരുന്നു അപ്പോൾ. ഏതോ ഒരു കാട്ടുചോലയിൽ നിന്നെന്നപോലെ തണുപ്പും നീരുറവയുടെ തെളിമയും അവളുടെ മനസ്സ് നനച്ചു. അവളും കാനനസ്ഥലിയിലെ മരങ്ങൾക്കും മൃഗങ്ങൾക്കുമൊപ്പം തലയാട്ടിനിന്നു. 'സോ..... അബ്സോബിങ്... റഫ് ആൻഡ് നാച്വറൽ. ഇതാണ് ഫ്ളൂട്ടിന്റെ ശരിക്കുള്ള ത്രെഡ്. എന്താ അവന്റെ പേര് അനൗൺസ് ചെയ്തത്, രമൺ കെ രാമൻ

എന്നോ...' അവൾ പിറുപിറുത്തുകൊണ്ടിരുന്നു.

പരിപാടി കഴിഞ്ഞതും അവൾ അവനെ അഭിനന്ദിച്ചു. കല്ലുപോലുള്ള മുഖമുയർത്തി എങ്ങോ നോട്ടം തറപ്പിച്ചുള്ള അവന്റെ വന്യരാഗം ആ രാത്രി അവളെ ഉറക്കിയില്ല. പിന്നെ പിന്നെ, കോളേജിലെ പരിപാടികൾക്ക് ഒഴിച്ചുകൂടാത്തതായി രമണന്റെ ഫ്ളൂട്ട് വായന. ഒഴിഞ്ഞുമാറുന്ന അവനെ ചൂണ്ടയിട്ട് അരങ്ങിലെത്തിക്കുന്നത് ചന്ദ്രികയുടെ പതിവുമായി. കോളേജിലെ മെറിറ്റ് സീറ്റിൽ കയറിയ സ്വന്തം രമണനെ അങ്ങനെയാണ് ചന്ദ്രിക തപ്പിയെടുത്തത്. സുഖത്തിന്റെ ആലസ്യം നിറഞ്ഞു നിന്നിരുന്ന മനസ്സിന്റെ തോടുപൊട്ടിച്ച് രമണന്റെ സാന്നിദ്ധ്യം ഒരു വന്യമായ തുടിപ്പ് പറിച്ചുനട്ടു. ചിന്തകളിൽ ഏതോ ഒരു തന്ത്രി സ്ഥാനം തെറ്റുന്നു. മനസ്സ് വലിഞ്ഞുമുറുകുന്നു. ചന്ദ്രികയിലും ഒരു റിബൽ ഉണ്ടായിരുന്നിരിക്കണം. പണവും പദവിയും നോക്കിയാണ് ഇക്കാലത്ത് പ്രേമങ്ങൾ ഒപ്പിച്ചെടുക്കുന്നതെന്ന് അല്ലെങ്കിൽ ആർക്കാണറിഞ്ഞുകൂടാത്തത്? ജയനഗറിലെ, സമ്പന്നരുടെ ഫ്ളാറ്റ് സമുച്ചയത്തിൽ മകളുടെ പഠിപ്പിനുവേണ്ടി അച്ഛൻ വാങ്ങിയ ഫ്ളാറ്റിൽ, ചന്ദ്രികയെ തെളിക്കാൻ നിയോഗിച്ച അമ്മമ്മയുടെയും പരിചാരികയുടെയും കണ്ണു വെട്ടിച്ച് അവൾ രമണനെ തേടിച്ചെന്നു. തങ്ങളുടെ അന്തരം നന്നായി അറിയാവുന്നവനും പ്രായോഗികമതിയുമായ രമണൻ അവളെ ഇടയ്ക്കിടെ വിലക്കിക്കൊണ്ടിരുന്നു.

"പാടില്ല, പാടില്ല, നമ്മേ നമ്മൾ പാടേ മറന്നൊന്നും ചെയ്തുകൂടാ." അപ്പോഴേക്കും അവൾക്ക് രമണനിൽനിന്ന് ചങ്ങമ്പുഴയെ ഏതാണ്ടൊക്കെ പിടികിട്ടിയിരുന്നു.

കുഞ്ഞിരാമൻ എന്ന മലയോര കർഷകന്റെ മകൻ രമണന് ഓടക്കുഴലിനോട് കമ്പം തോന്നിയത്, അടുപ്പത്ത് അരിയിട്ട് പുറംപണിക്കു പോകുന്ന അമ്മ നാരായണി അവനെ തീ ഊതിക്കത്തിച്ച് ചോറുവയ്ക്കാൻ ഏല്പിച്ചപ്പോഴാണ്. ഊതിയൂതി ആളിക്കത്തുമ്പോൾ പറന്നുയരുന്ന ചാരത്തിനും ജ്വാലയ്ക്കും ഒരു രാഗമുള്ളതായി അവനനുഭവപ്പെട്ടു. ആ കമ്പം വളർന്ന് അവൻ നല്ലൊരു ഓടക്കുഴൽ വായനക്കാരനായി. ഇടനേരത്ത് അച്ഛന്റെ കാലികളേയും ആടുകളേയും മേച്ച് ഓടക്കുഴലൂതി കുന്നുകളിലലഞ്ഞു.

ലാൽബാഗിലെ പടുകൂറ്റൻ വൃക്ഷണത്തണലിലിരുന്ന്, കൊഴിഞ്ഞു വീഴുന്ന ഇലകളെ കൈയെത്തിപ്പിടിച്ച് രസിക്കുമ്പോഴാണ് രമണൻ ചങ്ങമ്പുഴക്കവിതകളെപ്പറ്റി ആദ്യമായി അവൾക്ക് പറഞ്ഞുകൊടുത്തത്.

"വിത്തനാഥന്റെ ബേബിക്ക് പാലും നിർദ്ധനച്ചെറുക്കനുമിനീരും ഈശ്വരേച്ഛയെങ്കിൽ അമ്മട്ടിലുള്ളൊരീശ്വരനെ ചവിട്ടുക നമ്മൾ."

അർത്ഥം ഒരുവിധമേ പിടികിട്ടിയുള്ളുവെങ്കിലും വർഷങ്ങൾക്കു മുൻപ് കാമ്പസിന്റെ ലഹരിയായിരുന്ന ചങ്ങമ്പുഴയുടെ ഈ വരികൾ രമണൻ ചൊല്ലിയപ്പോൾ അവൾ അത്ഭുതപ്പെട്ടു. "നിന്റെ കേരളം തര

ക്കേടില്ലല്ലോ. സ്റ്റുഡന്റ്സ് വരെ ഇത്ര റിയലും ബോൾഡുമോ?" ഇതെഴുതിയ ആളെ കൈയടിച്ചഭിനന്ദിക്കാൻ തോന്നി അവൾക്ക്.

ഗൾഫിൽ അവൾക്ക് പ്രിയമായ അൽവൊബി യോഗേർട്ട് കൂട്ടിയുള്ള ഊണിനുശേഷം ഹാഗൻദാസിന്റെ ഐസ്ക്രീം പെട്ടി ഫ്രീസറിൽ കാണാതിരുന്നാൽ കൂട്ടാറുള്ള ബഹളങ്ങളെക്കുറിച്ചോർത്ത് അവൾ ലജ്ജിച്ചു. മൈ ഗോഡ്.... വിശപ്പകറ്റാൻ തുപ്പലിറക്കുന്ന കുട്ടിയോ?

പലവട്ടം പ്രലോഭിപ്പിച്ച് കൂടെ നടത്തിയിട്ടും ഒരൊറ്റ തവണ മാത്രമേ രമണൻ ചന്ദ്രികയുടെ ദേഹത്ത് തൊട്ടുള്ളൂ. അപ്പോഴേക്കും ചങ്ങമ്പുഴയുടെ ചന്ദ്രികയായി തീർന്നിരുന്നു അവൾ. ലാൽബാഗിന്റെ വിശാലതതയിൽ അസ്തമയ സൂര്യ കിരണങ്ങൾ തുടുത്തിരുന്നു. അന്നത്തെ കാറ്റിന് ഇക്കിളിയുടെ സൂചിമുനയായിരുന്നു. ശരീരത്തിൽ സൂചിമുനകളുടെ കുത്തേറ്റപ്പോൾ ചന്ദ്രികയുടെ തോളിലൂടെ സ്വെറ്ററിന് പുറത്ത് രമണൻ കൈ ചുറ്റി.

അവളുടെ ആൺകൂട്ടുകാരൊക്കെ വ്യത്യസ്തരായിരുന്നു. പ്രത്യേകിച്ച് മലയാളികൾ. കൂടെ നടക്കുമ്പോൾ ശരീരത്തിന്റെ നിമ്നോന്നതങ്ങളിൽ അവരുടെ വിരലുകൾ അറിയാത്ത പാകത്തിൽ ഉരസിയിറങ്ങും. ദ ബ്ലഡി മല്ലൂസ്.

രമണൻ മാത്രമായിരുന്നു ചന്ദ്രികയ്ക്ക് മുന്നിലെ ചോയ്സ്. സോമസ്കുലൈൻ.... ജന്റിൽ ആൻഡ് സിൻസിയർ, ബ്യൂട്ടിപാർലറിൽ ചെത്തി മിനുക്കാത്ത മുഖവും അതിലെ ചെറിയ വടുക്കളും കുരുക്കളും.

വീട്ടിൽ ഒരിക്കലും സമ്മതിക്കില്ലെന്നറിയാം. രജിസ്റ്റർ വിവാഹം ഒരു കൂട്ടു തീരുമാനമായിരുന്നു. മൂന്നാർ യാത്ര രമണന്റെ സമ്മർദ്ദത്തിലും. രമണൻ ഒരു മൾട്ടിനാഷണൽ കമ്പനിയിൽ അപ്പോഴേക്കും ഐ ടി യിൽ ജോലി നേടിയിരുന്നു. ചന്ദ്രിക കാമ്പസ് സെലക്ഷനുവേണ്ടി കാത്തു നില്ക്കുകയും.

വല്ലാത്ത ആധിയായിരുന്നു ചന്ദ്രികയ്ക്ക് യാത്രയ്ക്ക് തൊട്ടുമുമ്പുള്ള നാളുകളിൽ. ഭയത്തിന്റെയും ആകാംക്ഷയുടെയും ഒരു വെള്ളിക്കെട്ടൻ ഉടലാകെ ഉഴുതുമറിച്ച് പുളഞ്ഞുനടന്നു. ശരീരവും മനസ്സും പതുക്കെ ആലസ്യത്തിലേക്കും ഉറക്കത്തിലേക്കും വഴുതിവീണപ്പോഴാണ്, ഒരു ദിവസം സ്വപ്നം ഒരു തിരശ്ശീലപോലെ വന്നുമൂടിയത്.

അച്ഛനമ്മമാർ മലയാളം ചാനൽ വയ്ക്കുമ്പോൾ മുഖം തിരിക്കുകയാണ് ചന്ദ്രികയുടെ പതിവ്. രമണനുമായുള്ള സഹവാസത്തിനു ശേഷമാണ് അവൾ നാടിനെ അറിയാൻ തുടങ്ങിയത്. ശരിയായ ഒരു റൂട്ട് നിശ്ചയിക്കാതെ എവിടെയൊക്കെയോ നിർത്തിയും തുടങ്ങിയുമാണ് അവർ മൂന്നാറിലേക്കുള്ള യാത്ര പൂർത്തിയാക്കിയത്.

ചീയപ്പാറയിലെ വെള്ളച്ചാട്ടത്തിനു മുന്നിൽ പൂളിയ മാങ്ങാകഷണങ്ങൾ നിറച്ച പ്ലേറ്റുമായി നിന്നപ്പോൾ സ്വപ്നത്തിന്റെ ഹാങ് ഓവർ

ചന്ദ്രികയെ തീർത്തും വിട്ടുമാറിയിരുന്നു. ഭീമാകാരൻ പാറയ്ക്ക് തിരശ്ശീലയിട്ട് കുത്തിയൊഴുകിയ വെള്ളത്തിന്റെ സ്ഫടികച്ചില്ലുകൾ തെറിച്ച് മാങ്ങാ കഷണങ്ങൾ നനഞ്ഞു. കൊച്ചു കൊച്ചു തീറ്റക്കടകൾ നിരത്തിയിട്ട് ഭൂമിയിലെ മക്കൾക്കുവേണ്ടി ഭക്ഷണം കാത്തുവച്ച് മുടിയഴിച്ചിട്ട് ആകാശത്തിലേക്ക് നിവർന്നുനില്ക്കുന്ന നിർവ്വചിക്കാനാവാത്ത ഒരു സ്ത്രീ സങ്കല്പമായി, ചന്ദ്രിക ആ വെള്ളച്ചാട്ടത്തെ മനസ്സിൽ വരച്ചിട്ടു. തണുപ്പും നനവും ചുറ്റും പടരുന്നു. പ്രാതൽ സമയം ആയി വരുന്നതേ ഉള്ളൂ. കടകളിൽനിന്ന് പ്ലേറ്റുകളിൽ നിറച്ചുകിട്ടിയ പൂളിയ പഴുത്ത മാങ്ങയും പൈനാപ്പിളും ടൂറിസ്റ്റുകൾ ആർത്തിയോടെ തിന്നുന്നു. വെള്ളത്തിന്റെയും മണ്ണിന്റെയും മണമുള്ള കാറ്റ് അവരെ തഴുകി പൊയ്ക്കൊണ്ടിരുന്നു. ബംഗളൂരു നഗരത്തിലെ ധൃതിപിടിച്ച, തീറ്റ പരിപാടി ഇഷ്ടമില്ലാത്ത ഒരോർമ്മപോലെ അവളിലേക്ക് കടന്നുവന്നു. വാരാന്ത്യത്തിൽ മനുഷ്യരെക്കൊണ്ട് പുളയ്ക്കുന്ന ഫോറത്തിലെ തീവിലയുള്ള റസ്റ്റോറന്റുകളും വൃത്തിയും വെടിപ്പുമില്ലാത്ത നിരക്കു കുറഞ്ഞ വഴിയോരത്തീറ്റകളും.

രമണൻ പിറകിലൂടെ വന്ന് തോളിൽ പിടിച്ചപ്പോൾ അവൾ ഞെട്ടിയുണർന്നു. "നിനക്കീ യാത്ര ഇഷ്ടപ്പെടുമെന്ന് എനിക്കറിയാമായിരുന്നു. മൂന്നാർ എത്തുന്നതല്ലേയുള്ളൂ. നോക്കിക്കോ, നീ ആ കുന്നുകളെ കൂടുതൽ സ്നേഹിക്കും. സ്വപ്നം കണ്ട് പേടിച്ചുപോയതല്ലേ, അവയെ"

ചന്ദ്രിക ഒന്നും മിണ്ടിയില്ല.

ചന്ദ്രികയും രമണനും ഗൈഡ് മദനരാജിന്റെ കൂടെ മൂന്നാറിലെ മനം കുളിർപ്പിക്കുന്ന വിസ്മയക്കാഴ്ചകൾ കണ്ടു. എക്കോ പോയിന്റിൽനിന്ന് ഉത്സാഹത്തോടെ കൂകി വിളിച്ചപ്പോൾ, ഒരു തടിച്ച പാമ്പിനെപ്പോലെ തടാകം ചുറ്റിക്കിടന്ന ചരിഞ്ഞ മലമടക്കിലെ ചായത്തോട്ടങ്ങളിൽ തട്ടി സ്വന്തം ശബ്ദം തിരികെയെത്തി. വെൽവെറ്റിന്റെ കടുപ്പത്തിലും മിനുപ്പിലും പച്ച ചായ ഇലകൾ തിളങ്ങി. എലിഫന്റ് ജങ്ഷനിലെ, താഴ്‌വാരത്തേക്ക് തൂങ്ങിനില്ക്കുന്ന ഒരിത്തിരി മൺതട്ടിൽ സവാരിക്കുവേണ്ടി വീർപ്പുമുട്ടിച്ച് നിർത്തിയ ആന അവൾക്ക് കേറാനായി മുതുക് കുനിഞ്ഞു കൊടുത്തപ്പോൾ വായിലേക്ക് ചോളവും കരിമ്പും തിരുകി ആശ്വസിപ്പിച്ചു. "സാരമില്ല. ഇത് നമ്മുടെ സ്വന്തം മൂന്നാറല്ലേ. നിനക്കും കിട്ടും നാളെ നല്ലൊരിടം."

'ലീലാ ടീ ഷോപ്പ്' എന്ന പൊടിയെടുത്ത ഒരു ബോർഡ് തൂക്കിയ, കുടുസ്സു വരാന്തയിൽ യേശുദേവന്റെ പടത്തിനുകീഴെ കാലാടുന്ന ഒറ്റ ബെഞ്ചിലിരുന്ന്, തൊട്ടടുത്ത ഏക മുറിയായ അടുക്കളയിൽ വെന്ത ചോറും കറികളും ഇഷ്ടംപോലെ ഇട്ടുതന്ന പൊരിച്ച മീനും കൂട്ടി രുചിയോടെ, വില കുറച്ച് കഴിച്ചതിന്റെ മയക്കത്തിൽ, കൂറ്റൻ മലകൾ തടഞ്ഞുവച്ച തെളിവെള്ളത്തിലൂടെ ഒരു ബോട്ടുയാത്രയും കൂടെ ഒത്തപ്പോൾ ചന്ദ്രിക

തീർത്തും മൂന്നാറിന്റെ വശ്യതയിൽ വീണു.

അന്നു വൈകുന്നേരം, ഒരു ചായപ്പൊടി പായ്ക്കറ്റിന്റെ രൂപത്തിലാണ് ചന്ദ്രികയുടെയും രമണന്റെയും നിയോഗം വന്നുചേർന്നതെന്ന് പറയാം. കാഴ്ചയായോ കേൾവിയായോ ഒരു തോന്നലോ ഒരോർമ്മയോ ഒക്കെ ആയി ഏതെങ്കിലും ഒരു രൂപത്തിൽ അത് മനുഷ്യന്റെ വഴിത്താരകളിൽ വന്നുനിന്ന് ദിശകൾ മാറ്റിമറിക്കുന്നു. തേയില പായ്ക്കറ്റുകളും അവിടെ സുലഭമായി കിട്ടുന്ന ഹോംമെയ്ഡ് ചോക്കലേറ്റുകളും വാങ്ങിക്കുകയായിരുന്നു ചന്ദ്രിക.

"ഇത്രയൊക്കെ എന്തിനാടോ. വീടുവച്ച് താമസോന്നും തുടങ്ങീല്ലല്ലോ." രമണൻ കളിയാക്കി.

"ഇരിക്കട്ടെന്നേ. നമുക്ക് ഗിഫ്റ്റ് ചെയ്യാം. വാട്ട് എൽസ് യൂ വിൽ ഗെറ്റ് ഫ്രം ഹിയർ?"

രണ്ട് ചായപ്പൊടി പായ്ക്കറ്റുകളെടുത്ത് അവൾ മദനരാജിന് നേരെ നീട്ടി. "ഇത് വച്ചോ. വീട്ടിൽ ഫാമിലി ഇല്ലേ?" കൂടെക്കൂട്ടിയ പ്രാരാബ്ധക്കാരന് ഒരിറ്റ് സഹതാപമോ സഹായമോ ഒക്കെ അവളുടെ മനസ്സിൽ നുരയിട്ടു. രമണന്റെ കൂടെ കൂടിയശേഷമാണ് അവളിൽ ഇത്തരം ഉറവകളൊക്കെ പൊട്ടിത്തുടങ്ങിയത്.

"വേണ്ടമ്മാ. എങ്കൾക്ക് കിട്ടും. വൈഫ് തേയില ഫാക്ടറിയിലാണ് ജോലി ചെയ്യുന്നത്. മാസാദ്യം നല്ല തേയില വെല കൊറച്ച് കിട്ടും. വീട്ടുസാധനങ്ങളും സികിത്സയും അപ്പടിതാൻ"

"അപ്പോൾ താമസം? കുട്ടികൾ?"

"ക്വാർട്ടേർസ് ഇരുക്കെ. എങ്കളുക്ക് ധാരാളം പോതും. രണ്ട് കുട്ടികൾ. ഒരാണും ഒര് പെണ്ണും. സ്ക്കോളില് പോണ്ണ്ട്."

ചന്ദ്രിക ഒന്നും പറഞ്ഞില്ലെങ്കിലും സംശയങ്ങൾ തുരുതുരാ മനസ്സിൽ പൊങ്ങിവന്നു. കുടുസ്സുമുറികൾ. വിലയേറിയ ഫർണിച്ചറുകളുണ്ടാവില്ല; ആധുനിക പാചക സംവിധാനങ്ങളും. ഭാര്യക്കും ഭർത്താവിനും മുഷിഞ്ഞ ജീവിതങ്ങൾ. എന്നിട്ടും എങ്കളുക്ക് ധാരാളം പോതും. എങ്ങനെ ഇങ്ങനെ പറയാൻ പറ്റന്നു? എത്ര കിട്ടിയാലും തികയാത്തവരാണ് ബംഗളൂരുവിലെ ഐ ടി ജീവനക്കാർ. കംപ്യൂട്ടറിനു മുന്നിൽ ചടഞ്ഞിരുന്ന് മുതുകത്ത് കൂനും മനസ്സിൽ പണവും അവർ പെരുപ്പിക്കുന്നു. അതിനേക്കാൾ സമ്മർദ്ദമാണ് ഒരുപാട് പണം വരുമ്പോൾ ചെലവഴിക്കേണ്ട വഴികളോർത്ത്. പുത്തൻ കാറുകളും ഫ്ളാറ്റുകളും നഗരാതിർത്തികൾ കടന്നാക്രമിക്കുന്ന ഗ്രൗണ്ടുകളും പണം സ്വപ്നങ്ങളായി പൂക്കുന്നു. രമണന്റെ ക്ലാസ്മേറ്റായ, അത്ര സാമ്പത്തികശേഷിയില്ലാത്ത വീട്ടിലെ ഒരു യുവാവ് മാനസിക പിരിമുറുക്കത്തിലും രോഗത്തിലും പെട്ടത്, അവൻ നഗരത്തിൽ സ്വയം വാങ്ങിയ ഗ്രൗണ്ട് കൂടാതെ, നാട്ടിലെ വീട് പൊളിച്ചുപണിയാനും അച്ഛന്റെ ചിരകാലാഭിലാഷമായ മുറ്റത്തൊരു കാറ് എന്ന സ്വപ്നത്തിനും വേണ്ടി

എടുത്ത കടവുംകൊണ്ടാണ്.

തിരിച്ചുപോകാൻ തീരുമാനിച്ച ദിവസം രാവിലെയാണ് ചന്ദ്രികയും രമണനും മൂന്നാറിലെ ഏറ്റവും വലിയ മലയായ രാജമലൈ സന്ദർശിച്ചത്. സന്ദർശകർക്കുള്ള ഇടംവരെ അവർ കയറിക്കഴിഞ്ഞു. മലയുടെ നെറുകയിലേക്ക് ഇനിയും ദൂരമുണ്ട്. മേഘങ്ങളിൽ മഴ തൂങ്ങിനിന്നതു കണ്ട് മിക്ക സന്ദർശകരും താഴെ വാടകയ്ക്ക് കിട്ടുന്ന കുട കരുതിയിരുന്നു. പ്രകൃതി തരുന്നത് ആസ്വദിക്കാനുള്ള മൂഡിലായിരുന്നു രണ്ടുപേരും. ഉച്ചിയിൽ നിന്നിറങ്ങി തെളിഞ്ഞുനിന്ന ഒരുപറ്റം പെൺവരയാടുകളുടെ കാഴ്ച അവർക്കുമുമ്പിൽ. ചന്ദ്രിക കുനിഞ്ഞിരുന്ന് അതിലൊന്നിനെ ചേർത്തുനിർത്തി. മെഴുകുതിരിയിൽനിന്ന് ഊർന്നു നില്ക്കുന്ന തിരിപോലുള്ള അതിന്റെ നേർത്ത വാൽ പതുക്കെ തഴുകിയപ്പോൾ, പതിഞ്ഞ് പിന്നിലേക്കു ചരിഞ്ഞ കൊമ്പുകൾ അവളുടെ കൈയിലുരസി. ദൂരെനിന്ന് ഗാർഡ് കൈയാട്ടി വിലക്കിയപ്പോൾ, ഇരവികുളം നാഷണൽ പാർക്കിന്റെ വകയായുള്ള ബോർഡ് കണ്ണിൽ പെട്ടു. “ദർശനം പുണ്യം. സ്പർശനം പാപം” തലമാറ്റി വച്ചാൽ അസ്സൽ മാനിന്റെ ചേലുണ്ടാകുമല്ലോ നിന്നെ കാണാൻ എന്ന് അതിന്റെ ചെവിയിൽ മൊഴിഞ്ഞ് അവൾ പിൻവാങ്ങി.

പെട്ടെന്ന് മഴ കുത്തനെ പെയ്തു തുടങ്ങി. രമണൻ ചന്ദ്രികയെ ചേർത്തുനിർത്തി. ചന്ദ്രികയിൽനിന്നകലാൻ മടിച്ചുനില്ക്കുന്ന വരയാടുകളുടെ കണ്ണുകളിൽ രമണൻ എന്തോ തിരിച്ചറിഞ്ഞു. തോൾ സഞ്ചിയിൽനിന്ന് ഓടക്കുഴലെടുത്ത് അവൻ മനസ്സും ചുണ്ടും ചേർത്ത് വായിക്കാൻ തുടങ്ങി. കുഴൽനാദം അകലെ മലമടക്കുകളിൽ അലയടിച്ചു. മലയുടെ ഉച്ചിയിൽനിന്ന് കഷണ്ടി പോലെ ചെരിഞ്ഞിറങ്ങിയ പാറയുടെ കണ്ണുകൾ പോലും തുറക്കുമാറ് അതലിഞ്ഞു പരന്നു. വരയാടുകൾ രമണന്റെ ആടുകളായി ചെവി കൂർപ്പിച്ചുനിന്നു. ലോകത്തിനുമുകളിൽ, സ്വപ്നത്തിൽ തീർത്ത വലിയൊരു സ്റ്റേജിലെ പശ്ചാത്തലസംഗീതത്തിൽ ചന്ദ്രികയും രമണനും അവന്റെ ആടുകളും മാത്രം.

ഇതുപോലെ കരുത്തുറ്റ് അവൻ ഇതിനുമുമ്പ് ഓടക്കുഴൽ വായിച്ചിട്ടില്ല.

മലയിലെ നിരത്തിലൂടെ നീങ്ങുന്ന സന്ദർശകർ ശബ്ദത്തിന്റെ ഉടവിടം തേടി, തറഞ്ഞുനിന്നു.

ചന്ദ്രിക രമണനോട് ഒട്ടിനിന്ന് പിറുപിറുത്തു, “രമൺ, നമുക്കിവിടെ കൂടിയാലോ?”

പെട്ടെന്ന് അവന്റെ കുഴൽനാദം നേർത്തുനിന്നു.

“ഇവിടെ, മൂന്നാറിൽ നമുക്ക് പെർമനന്റ് ആയി താമസിച്ചാലോന്ന്.”

നാദത്തിന്റെ ഹാങ് ഓവർ കുടഞ്ഞെറിഞ്ഞ് രമണൻ ചുണ്ടുകള നക്കി.

"നീ, തമാശിക്യാ?"

"അല്ല, ഞാൻ സീരിയസാണ്. ഇവിടെ വല്ല ജോബിനും ട്രൈ ചെയ്തൂടെ?"

"എന്ത് പ്രാന്താ ഈ പറേന്നെ.... നമ്മുടെ ക്വാളിഫിക്കേഷൻസ്..... നിന്റെ കാമ്പസ് സെലക്ഷൻ.... ജോലി.... ഇതെല്ലാം ശര്യാവോ?"

"എന്റെ പേരന്റ്സിന് ഞാൻ ജോലി ചെയ്തൊന്നും വേണ്ട. നിന്റച്ഛനും വേണ്ടെന്നല്ലെ നീ പറഞ്ഞത്. ഈ കുന്നും കാടൊക്കെല്ലേ നിനക്കും ഇഷ്ടം. എനിക്കും അതിഷ്ടാന്നച്ചാൽ? നമ്മുടെ കാര്യം നമ്മളല്ലെ തീരുമാനിക്കേണ്ടത്?"

മകൻ പച്ചപിടിച്ചാൽ മലയിലെ കുടി വിട്ട് നഗരത്തിലേക്ക് മാറുന്നതിനെപ്പറ്റി ആരെങ്കിലും സൂചിപ്പിച്ചാൽ അച്ഛൻ പറയാറുള്ളത് രമണൻ ഓർത്തു.

"ന്റെ കുന്നിന്റെ പള്ള കുത്തിക്കീറി നട്ടനനച്ച്ണ്ടാക്ക്ന്നത് തിന്ന് കൂടിയാ മാത്രം മതി എനക്ക്."

"ചന്ദ്രികേ, നിന്റെ ബാക്ക്ഗ്രൗണ്ട്? അംബീഷൻസ്?"

"നോക്ക് രമൺ.... നിനക്കങ്ങനെ വല്ലതുമുണ്ടോ? എനിക്കുണ്ടെങ്കിൽത്തന്നെ ഞാനതുപേക്ഷിച്ചു. ഇവിടെ നല്ല ജോലി കിട്ട്വോന്നോക്കാം. ഇല്ലാച്ചാൽ.... മദനരാജും കുടുംബവും എങ്ങനെ ജീവിക്കുന്നു? ദേ ആർ ക്വയറ്റ് കൺടെൻഡഡ്. പണം എത്ര കിട്ട്യാലും, സിറ്റീല്, നമ്മുടെ ജോബില് അത് കിട്ടണംന്ന്ണ്ടോ? പിന്നീം പിന്നീം പണല്ലേ വേണ്ടിവരാ?"

രമണന്റെ കൈയിൽനിന്ന് ഓടക്കുഴൽ അയഞ്ഞ് തൂങ്ങിക്കിടന്നു.

മഴവെള്ളം അതിന്റെ തുളകളിലൂടെ വീണ് പ്രകൃതിയുടെ രാഗമായി പുറത്തേക്കൊഴുകി.

താഴെ കാണുന്ന മൂന്നാറിലെ മലകൾ ചായത്തോട്ടങ്ങൾകൊണ്ട് ഞൊറിവച്ച് സുന്ദരമായും ഭദ്രമായും കിടക്കുന്നു. ഒരിടിവും തട്ടാതെ. രമണൻ ചന്ദ്രികയുടെ കണ്ണുകളിലേക്ക് നോക്കി. അവിടെ അവൻ കണ്ടത് ചന്ദ്രികയുടെ ഹൃദയമായിരുന്നു. മൂന്നാറിലെ മലകളിൽ അള്ളിപ്പിടിച്ച് ചായച്ചെടികൾ നില്ക്കുന്നതുപോലെ, ചന്ദ്രിക, രമണനിൽ പതിഞ്ഞ് എത്ര നേരം നിന്നെന്ന് അറിഞ്ഞുകൂട.

ഏകലവ്യന്റെ വിരലും കാർത്തുവിന്റെ മടിയും

സ്ത്രീയുടെ നെഞ്ഞ് ഒരു താരാട്ടാണ് എന്ന് വാസുദേവൻ മാസ്റ്റർക്ക് തോന്നി. വായിച്ചുകൊണ്ടിരുന്ന പുസ്തകം നെഞ്ഞത്ത് കമഴ്ത്തി മീര മയങ്ങുകയാണ്.

ആശുപത്രി മുറിയുടെ കിഴക്കുവശത്തെ മുഴുനീള കണ്ണാടി ജനലിനെ മറച്ച് കർട്ടൻ ഒരു വശത്തേക്ക് ഒതുക്കിയിട്ടിരിക്കുന്നു. ഉദിച്ചുയരുന്ന സൂര്യൻ കാറും നനവും തുടച്ചുവെടിപ്പാക്കിയ ആകാശം പുറത്ത്. നനുത്ത കുളിരുവീശുന്നതൊഴിച്ചാൽ ഇന്നലെ മഴ പെയ്ത ലക്ഷണമില്ല. രാത്രി ഇടിമിന്നലിൽ മാസ്റ്റർ ആശുപത്രിക്കു പുറത്തെ ലോഡ്ജ് മുറിയിൽ ഉറക്കമില്ലാതെയാണ് കഴിച്ചുകൂട്ടിയത്.

രണ്ടുപേരും കോളേജ് അദ്ധ്യാപകരാണെങ്കിലും എന്തുകൊണ്ടോ വാസുദേവൻ മാസ്റ്റർ മാഷും ഭാര്യ പ്രൊഫസറുമായാണ് അറിയപ്പെടുന്നത്.

മാസ്റ്റർ മുറിയുടെ മൂലയിൽ ഒതുങ്ങിനിന്ന കാർത്തുവിനെ ശ്രദ്ധിച്ചു. ഇരുണ്ട ശരീരം കാലംചെല്ലുന്തോറും ഉറച്ചു അമരുന്നതുപോലുണ്ട്. കാലത്തേ കുളി കഴിഞ്ഞ് ചുരുണ്ടുകുറിയ മുടി വിടർത്തിയിട്ടിരിക്കുന്നു. ജനൽകർട്ടൻ നീക്കിയതും പാളികൾതുറന്നുവെച്ചതും അവളാണ്. തലേന്നത്തെ മിന്നലിൽ ജനൽകർട്ടൻ വലിച്ചിട്ട് മീര ഉറക്കം പിടിക്കുന്നതുവരെ കാവലിരുന്നിരിക്കും. മീരക്ക് ലോകത്ത് ഏറ്റവും പേടിയുള്ള ഒന്നാണ് മിന്നൽ.

മേശപ്പുറത്ത് അടച്ചുവെച്ച ഇഡ്ഡലി പ്ലേറ്റിനുനേരെ കാർത്തു നടന്നപ്പോൾ മാസ്റ്റർ വിലക്കി.

"ഞാൻ കൊടുക്കാം. നീ കഴിച്ചോ?"

കാർത്തു തലയിളക്കി. “ഉം. കാന്റീൻന്ന്. ഫ്ളാസ്കിൽ രണ്ടു ഗ്ലാസ് ചായേണ്ട്.”

താൻ പുറത്തുനിന്ന് കഴിക്കുമെന്നറിയാം. മീരയ്ക്ക് കൂട്ടായി, തനിക്കു കൂടെ അവൾ ഒരു ഗ്ലാസ് കരുതിയതാണ്.

പിറകിൽ വാതിൽചാരി ഒരു പൂച്ചയെപ്പോലെ കാർത്തു പുറത്തിറങ്ങി. പ്രൊഫസർ മീര പതുക്കെ കണ്ണു തുറന്നു.

“ഇഡ്ഡലി കഴിച്ചൂടെ?” മാസ്റ്റർ കസാലയിൽ നിന്നെഴുന്നേറ്റു.

മീര കൈകൊണ്ടു വിലക്കി തളർന്ന ശബ്ദത്തിൽ പറഞ്ഞു.

“വരട്ടെ. ചോറുചേർത്തരച്ച ഇഡ്ഡലിയല്ലേ? ചോറു വിഴുങ്ങുന്നതുപോലുണ്ട്. ഉഴുന്നിന്റെ സ്വാദേ ഇല്ല.”

ഈ പ്രതിഷേധം, കൊണ്ടുവന്ന പ്രാതലിനുനേരെ മാത്രമുള്ളതല്ലെന്ന് മാസ്റ്റർക്കറിയാം. മറ്റെന്തെങ്കിലും മനസ്സിലിരമ്പുമ്പോൾ അടുത്തത് കൂടെ ചേർത്തു പ്രതിഷേധിക്കും. വായിച്ചുവെച്ച പുസ്തകത്തിലെ കരടാവണം മനസ്സിൽ. പൊതുസ്വഭാവമുള്ള വിഷയങ്ങളിൽ വികാരത്തള്ളിച്ചയോട അവൾ പ്രതികരിക്കുമ്പോൾ തന്നോടുള്ള വാക്ക്തർക്കംപോലെ തോന്നും മാസ്റ്റർക്ക്.

തലേന്ന് താൻ കൊടുത്ത പുസ്തകമാണ് മാറത്ത്. അതു വായിച്ചു കഴിഞ്ഞുള്ള വികാരവിക്ഷോഭങ്ങൾ ഈ കൊച്ചുവെളുപ്പാൻ കാലത്ത് ഒഴിവാക്കാനാണ് ശ്രദ്ധ പ്രാതലിലേക്ക് തിരിക്കാൻ ശ്രമിച്ചത്.

മീരയുടെ ആശുപത്രിവാസത്തിൽ കൂടെ കഴിയുമ്പോഴുള്ള ഒഴിവിൽ വായിക്കാൻ കൊണ്ടുവന്നതാണ്. *ദി ബെസ്റ്റ് ഓഫ് സ്പീക്കിങ് ട്രീ* എന്ന പുസ്തകം. കാലാതീതമായ സംഭവങ്ങൾ സ്വന്തം മനോധർമ്മമനുസരിച്ച് വിശകലനവും വിമർശനവും ചെയ്ത് വായനക്കാർ എഴുതി അയക്കുന്ന കുറിപ്പുകളിൽ നല്ലവ തെരഞ്ഞെടുത്ത് പുസ്തകരൂപത്തിൽ പ്രസിദ്ധീകരിച്ചിരിക്കുന്നു. ഏകലവ്യൻ സ്വന്തം പെരുവിരലറുത്ത് ദ്രോണാചാര്യന് ഗുരുദക്ഷിണ കൊടുത്തതിനെപ്പറ്റി ദാമോദർ പ്രഭു എന്നൊരാളുടെ പ്രതികരണമുള്ള പേജ് അടയാളപ്പെടുത്തി താൻ മീരയോട് പറഞ്ഞു.

“താനിത് വായിക്കണൂട്ടോ. എന്റെ മനസ്സിലും പണ്ടേണ്ടായ ഒര് സംശ്യം തന്ന്യാ ഇത്.”

മീര രാവിലെത്തന്നെ വായിച്ചിരിക്കണം. മാറത്തുനിന്ന് പുസ്തകം മാറ്റി മാസ്റ്റർ ചോദിച്ചു. “വായിച്ചൂല്ലേ?”

മീര പെട്ടെന്ന് ഉത്തരം പറഞ്ഞില്ല. പതുക്കെ പുസ്തകത്തിൽനിന്ന് മനസ്സ് പറിച്ചെടുത്ത് വാക്കുകളായി മാസ്റ്റർക്കെറിഞ്ഞുകൊടുത്തു. മെല്ലെ തുടങ്ങിയ വാക്കുകൾ തുടർന്ന് ഏകലവ്യന്റെ മൂർച്ചയുള്ള അമ്പുകളെപ്പോലെ ചീറി വന്ന് മാസ്റ്ററുടെ കാതുകൾ കൊട്ടിയടച്ചു.

“സത്യത്തിൽ ആരാ മാഷെ ശരിയായ വില്ലാളി? ഏകലവ്യനല്ലെ? പാവം നിഷാദരാജാവ് ഹിരണ്യധനു മകനെ ദ്രോണാചാര്യരുടെ അടുത്ത്

അമ്പെയ്ത്ത് പഠിക്കാനയച്ചപ്പോൾ ഇങ്ങനെയൊരു ചതി പറ്റൂന്ന് സ്വപ്നം കൂടെ കണ്ടിരിക്കില്ല. അവസരങ്ങൾ കയ്യില്ള്ളോർക്ക് എന്നും അത് മുറുകെ പിടിക്കണം. താഴ്ന്ന് ഉയർന്നു വരണ ആരുമായും പങ്കുവെക്കാൻ വയ്യ. എനിവേ, ദാ മോദർ പ്രഭു ഹാസ് ഡൺ എ വെരിഗുഡ് ജോബ്."

കിതപ്പടക്കാൻ പാടുപെടവെ മീരയെ മാസ്റ്റർ ആശ്വസിപ്പിച്ചു. "ഇപ്പോന്തിനാ ഈ വർത്താനോക്കെ. ഇനീം സമയോണ്ടല്ലോ വീട്ടിലെത്തീട്ട് ഇഡ്ഡലി തിന്ന് കൊറച്ച്യേരം ഒറങ്ങ്വാ. ഡോക്ടർ റൗണ്ട്സിന് വരാൻ ഒരു മണിക്കുറിലധികൂണ്ടല്ലോ."

മഴ തോർന്ന പുലർകാല തണുപ്പിൽ ഒന്ന് മയങ്ങി. അപ്പോഴാണ് വാതിലിൽ ശക്തിയായി ഇടിക്കുന്ന ശബ്ദം കേട്ടത്. ഏതോ ഒരു നല്ല സ്വപ്നത്തിലേക്ക് കാലെടുത്തുവെച്ചതാണ്. ആരോ ശക്തിയിൽ കുലുക്കിയുണർത്തുന്നു.

തുറന്ന വാതിലിലൂടെ ഒരു തൂവെള്ള രൂപം വന്ന് ലൈറ്റിട്ട് ഒരു മയവുമില്ലാതെ കൈപിടിച്ചകറ്റി. ബി പി എടുത്തിട്ടുപോയി. മീരയ്ക്ക് പെട്ടെന്ന് വല്ലാത്തൊരു മടുപ്പുതോന്നി. കുട്ടിക്കാലം മുതലേ മനസ്സിൽ പതിച്ച ഒരു നഴ്സിന്റെ രൂപമുണ്ട്. ഒരുകുടന്ന മുല്ലപ്പൂക്കളായിരുന്നു അവരുടെ ചിരി. നേർത്ത് വിടരുന്ന അവരുടെ ചുണ്ടിൽ എന്നുമത് പതിഞ്ഞുകിടക്കും. ആദ്യത്തെ മകനെ പ്രസവിക്കാൻ വീട്ടിലെ പ്രസവമുറിയിൽ അമ്മ കിടന്നപ്പോൾ സ്നേഹത്തിന്റെ അടയാളംപോലെ അവരുടെ മുഖത്തുകിടന്ന കറുത്ത മറുകിൽ കൊടിയ വേദനയ്ക്കിടയിലും ഒരിക്കൽ മീര വിരലമർത്തി മിഴിച്ചിട്ടുണ്ട്. അമ്മയുടെ നാല് ഇളയ കുട്ടികളെ അതേ മുറിയിൽവെച്ച് പ്രസവമെടുത്തത് ഏഴുമക്കളിൽ മൂത്തവളായ മീര ഓർക്കുന്നു. അവർ ഒരമ്മകൂടെയായിരുന്നു. നഴ്സമ്മ. നാടുമുഴുവൻ അവരെ അങ്ങനെയാണ് വിളിച്ചിരുന്നത്. ചുണ്ടുകടിച്ച് വേദനയമർത്തി പുളയുന്ന അമ്മയുടെ വയറുഴിഞ്ഞ്, സാന്ത്വനവാക്കുകളുരുവിട്ട് മയക്കത്തിലേക്ക് നയിക്കുന്ന നഴ്സമ്മയുടെ ഓർമ്മയിലാണ് ആദ്യ പ്രസവം വീട്ടിലാവണമെന്നാണ് മീര ശഠിച്ചത്.

ഉറങ്ങാത്തവർപോലും മയങ്ങുന്ന ഈ അഞ്ചുമണി നേരത്ത് എന്തിനാണ് ഈ നഴ്സ് വന്ന് ശല്യപ്പെടുത്തി ബി പി എടുത്തത്.

അദ്ധ്യാപനം കൂടാതെ ചർച്ചകളും സെമിനാറും എഴുത്തും സാമൂഹ്യപ്രവർത്തനവുമായി മീരയ്ക്ക് തിരക്കോടുതിരക്കായിരുന്നു. ഗർഭപാത്രം നീക്കുന്ന ശസ്ത്രക്രിയക്കായി ആശുപത്രിയിലെത്തിയപ്പോൾ മീര ആഗ്രഹിച്ചത് തിരക്കിൽനിന്നുള്ള ഒരു വിടുതലാണ്. അമ്മയും നഴ്സമ്മയും വിട്ടുപോയ ലോകത്തിൽ നഴ്സമ്മയുടെ രൂപത്തിലൊരുവളിൽനിന്ന് മനസ്സിനും ശരീരത്തിലും കിട്ടുന്ന സാന്ത്വനം.

രാത്രിയിൽ തിരക്കും സന്ദർശകരും ഒഴിഞ്ഞാൽ ഇവിടെ ഞെരുക്കങ്ങൾ, അടഞ്ഞ മുറിവാതിലുകൾക്കുള്ളിൽ അമരുന്നു. വെളുപ്പാൻകാലത്ത്

കൂടുകളിൽനിന്ന് ചിറകടിച്ചൊഴിഞ്ഞുപോകുന്ന പക്ഷികളെപ്പോലെ അപ്പോൾ സിസ്റ്റർമാരുടെ കണ്ണുകളിൽനിന്ന് ഉറക്കം വിട്ടകന്നിരിക്കും. പിന്നെ നഴ്സിങ് ബേയിലോ വരാന്തകളിലോ അവർ കളിതമാശകളിലാവുന്നു. അവിടങ്ങളിൽ എടുക്കാതെ തുടരുന്ന ഫോൺമണിയൊച്ച രാത്രിക്ക് ഉത്സവച്ഛായ പകരുന്നു. ആശുപത്രി മുഴുക്കെ ചുഴറ്റി അത് ഓരോ മുറിവാതിലിലും തട്ടി രോഗികളുടെ ഉറക്കംകെടുത്തുന്നു.

കാർത്തു സമയത്ത് അറിയിച്ചിട്ടും ഒഴിഞ്ഞ ഗ്ലൂക്കോസ് കുപ്പികൾ മാറ്റാത്തത് മീരയിൽ നീരസം നിറച്ചു. ഞരമ്പിൽ കുത്തിക്കയറ്റിയ സിറിഞ്ചിലൂടെ കയറി ഒരു ഞാഞ്ഞൂളിനെപ്പോലെ നീണ്ട് ഉറഞ്ഞുകിടന്ന സ്വന്തം ചോര നോക്കി അരിശം കടിച്ചമർത്തി. കണ്ണടച്ച് നഴ്സമ്മയുടെ രൂപം മനസ്സിൽ നിറച്ചു.

കുളിമുറിച്ചുമരിലെ പുതിയ ടൈലുകളിൽ പലയിടത്തും ഉറുമ്പുകൾ ഒരുപിടി മണ്ണുമായി ചിതറി കൂത്താടുന്നുണ്ട്. മൂത്രസഞ്ചിയിലെ മൂത്രം കമ്മോഡിൽ തൂവാനായി പോയപ്പോൾ കാർത്തുവാണത് ശ്രദ്ധിച്ചത്.

"ആർ യൂ ഓകെ മാഡം? എനി കംപ്ലയിൻസ്? സജഷൻസ്?" വെള്ള കോട്ടിട്ട് രണ്ട് ട്രെയിനി നഴ്സുമാരോടൊത്ത് ക്ഷേമാന്വേഷണത്തിനു വന്ന ചെറുപ്പക്കാരനോട് മീര അതേപ്പറ്റി പറഞ്ഞു.

"ഞങ്ങൾക്ക് പ്രശ്നമൊന്നുമില്ല. നാളെ പോകേണ്ടവരാണ്. പക്ഷേ, ടൈലുകളുടെ മേലുള്ള മണ്ണും ഉറുമ്പും. പുതിയ കെട്ടിടമല്ലേ, നിങ്ങൾക്കൊന്ന് ശ്രദ്ധിച്ചൂടെ?"

"ഡെഫനിറ്റ്ലീ വീ വിൽ സീ ടു ഇറ്റ്. ഗെറ്റ് വെൽസൂൺ മാഡം."

പിറ്റേന്ന് മുടി ബോബ്ചെയ്ത ഒരു മദ്ധ്യവയസ്കയുടെ ഊഴമായിരുന്നു. കൂടെ വന്നത് ട്രെയിനി ആൺപിള്ളാരും. ആവർത്തിച്ച ചോദ്യോത്തരങ്ങൾ.

വൈകിട്ടാണ് തൂപ്പുകാരി വന്നത്. മീര അടങ്ങിയില്ല. "പുതിയ സ്ഥാപനമല്ലെ? ഒന്ന് വൃത്തിയായി...."

കൂടെ കൊണ്ടുവന്ന ചൂലും ബക്കറ്റും അവൾ നിലത്തുവെച്ച് ഇടുപ്പിൽ കുത്തിയ ചേല ഒന്നുകൂടെ മുറുക്കിക്കുത്തി കൈ ചേർത്തുവെച്ച് അലറി.

"ഞാനിത്രേം നാൾ ലീവാർന്നു. ഞാനൊക്കെ വെടിപ്പാക്കി ചെയ്യീൺതാ പകരം വന്ന മറ്റുള്ളോലാ ഈ കോലത്തിലാക്കി വെച്ചേക്കൺത്. ഇനി ഞാന്തന്നെ വേണം പഴേ കോലത്തീൽക്ക് കൊണ്ട്വേരാൻ. ഇക്കാൺണ മുറ്യോക്കെ ബാക്കിള്ളോല് വൃത്തിയാക്കി എട്ക്കണ്ടെ?"

കുളിമുറി കഴുകിയെന്ന് വരുത്തി തിരികെ പോകുമ്പോഴും അവൾ ബക്കറ്റും ചൂലും കൈയിൽപിടിച്ച് അതുതന്നെ ആവർത്തിച്ചു.

ഇത്തിരി ഒരു പണിചെയ്യാൻ ഇത്ര വലിയ കോലാഹലമോ?

കാർത്തു കുളിമുറിയിൽ കയറി ഉറുമ്പുകളെ തുരത്തി ചുമര് വൃത്തിയാക്കി തിരിച്ചുവന്നു.

ഇത്തരം പഞ്ചനക്ഷത്രശീലങ്ങൾ രാത്രി മീരയുടെ ഉറക്കം കെടുത്തി. ഡ്രിപ്പുകയറുന്ന കൈ ശ്രദ്ധിച്ച് പതുക്കെ തിരിഞ്ഞുകിടന്നപ്പോൾ കക്ഷത്തിൽനിന്ന് വിയർപ്പുമണമുയർന്നു. രാവിലെ ഇളം ചൂടുവെള്ളത്തിൽ തോർത്തിട്ട് നഴ്സ് ദേഹം തുടച്ച കാട്ടിക്കൂട്ടലിന്റെ ഉളുമ്പുമണം അതിൽ കലർന്നിരുന്നു.

പരുപരുത്ത സിമന്റ് തറയുള്ള കുളിമുറിയിൽ നഴ്സമ്മയുടെ തോളിൽ താങ്ങി സ്റ്റൂളിലിരുന്നത് മീര ഓർത്തു. ആവി പാറുന്ന വെള്ളത്തിൽ മുക്കി വൃത്തിയുള്ള തോർത്ത് അമർത്തിപ്പിഴിഞ്ഞ് കക്ഷവും ദേഹവും ക്ഷമയോടെ തുടച്ച് വൃത്തിയാക്കും. ആവിയുടെ ഇളം ചൂടുള്ള ദേഹത്ത് പൗഡർ കുടഞ്ഞിട്ട് തടവുമ്പോൾ സുഖദമായ ക്ഷീണം മീരയെ ഉറക്കത്തിലേക്ക് നയിക്കും. ചെത്തിത്തേക്കാത്ത കുളിമുറിചുമരിൽ ഇഷ്ടംപോലെ പാഞ്ഞുനടന്നാലും ഉറുമ്പുകൾ അലോസരമാകാറില്ല.

അലോസരങ്ങൾക്ക് അറുതിവരുത്തി വരികയാണ്. കാർത്തു സാധനങ്ങൾ പാക്ക്ചെയ്തു. മീര കാർത്തുവിന്റെ സഹായത്താൽ പതുക്കെ സാരി ചുറ്റി. വാസുദേവൻ മാസ്റ്റർ ഓഫീസിൽ ബില്ലടിച്ച് എ സി യുള്ള വാടക കാർ വരുത്തി. പ്രൊഫസറുടെ കൈപിടിച്ച് കാറിൽ കയറവെ മാസ്റ്റർ പറഞ്ഞു.

“കാർത്തുവിന്റെ മടിയിൽ തലവെച്ച് കിടന്നോളൂ. അഞ്ചാറുമണിക്കൂർ ഓട്ടമുള്ളതല്ലെ. ഉറങ്ങുകയുമാവാം. ഞാൻ മുന്നിലിരുന്നോളാം.” മീരയുടെ മുഖം പെട്ടെന്ന് മങ്ങി. അവരുടെ ഭാവമാറ്റം പെട്ടെന്നാണ്. അതിന് മുൻപേ മാസ്റ്റർക്കത് മനസ്സിലാവുകയും ചെയ്യും.

മീര ശബ്ദം നേർപ്പിച്ച് പറഞ്ഞു. “അതേതായാലും വേണ്ട മാഷെ. മാഷിന് പിന്നിലിരുന്നൂടെ. എനിക്ക് മടിയിൽ തലവെക്കാലോ. അല്ലെങ്കി വേണ്ട, സൗകര്യം അതാച്ചാ മാഷ് മുന്നിലിരുന്നോളൂ. തലയ്ക്ക് കുഷ്യനുണ്ടല്ലോ. ഞാൻ കാർത്തുവിന്റെ മടിയിൽ കാൽവെച്ചോളാം.”

വാസുദേവൻ മാസ്റ്റർ ഇടങ്കണ്ണിട്ടുനോക്കി. കാർത്തു സാധനങ്ങളുമായി റിസപ്ഷനിൽ നിന്നിറങ്ങുന്നു.

കാറ് ആശുപത്രി ഗേറ്റ് കടന്ന് മെയിൻ റോഡിലെത്തി കാഴ്ചകൾ പിന്നീട് പാഞ്ഞുകൊണ്ടിരുന്നപ്പോൾ മാസ്റ്റർ ഓർമ്മകളിലൂടെ പിന്നാക്കം പാഞ്ഞു.

നിനച്ചിരിക്കാത്ത സമയത്ത് വൈദ്യുതി മുറിഞ്ഞ് ഇരുട്ടുകയറിവരുമ്പോലെയായിരുന്നു ഒരു സന്ധ്യക്ക് കാർത്തു ആദ്യമായി കയറിവന്നത്. ആകാശം ഇരുണ്ട, മഴക്കോളുള്ള ഒരു തുലാമാസസന്ധ്യ.

“ബസ് തരപ്പെട്ടില്ല മാഷെ, സന്ധ്യാവണേന് മുമ്പെ ഇങ്ങെത്തിയത് ഭാഗ്യം” കാർത്തുവിന്റെ കൂടെ വന്ന ചെറുപ്പക്കാരൻ ആശ്വാസത്തോടെ

പറഞ്ഞു. “ഇവൾടെ കുടുംബവുമായി അത്ര അടുപ്പുള്ളതോണ്ടാ എന്റെ കൂടെ വിട്ടത്. ഈ കുടുംബത്തെപ്പറ്റി ഇനി പൊക്കിപ്പറയാനൊന്നും ബാക്കീല്ല്യ.”

ആദിവാസികൾക്കും പട്ടികജാതി പട്ടികവർഗ്ഗക്കാർക്കുംവേണ്ടി പ്രവർത്തിക്കുന്ന ഒരു എൻ ജി ഒ സംഘടനയുടെ സജീവപ്രവർത്തകനാണ് വീട്ടുജോലിക്കുവേണ്ടി ഈ കുട്ടിയെ സംഘടിപ്പിച്ചത്. മീരയ്ക്ക് ഇവരൊക്കെയുമായി നല്ല ബന്ധമാണ്.

ബാലവേലയാകരുതെന്ന് നിർബ്ബന്ധമുണ്ടായിരുന്നു. കാർത്തുവിന് പതിനെട്ട് വയസ്സ് തികഞ്ഞെന്ന് അയാൾ സാക്ഷ്യപ്പെടുത്തി. വീട്ടിൽ പഞ്ഞ പട്ടിണി. ഇളയതുങ്ങൾ നാല്. നാലും പെണ്ണ്. ഒടുവിലത്തേത് പനിവന്ന് ചാകാൻ കിടക്കാണ്.

അലിവ് തോന്നി മീരയ്ക്ക്. ഉടനെ വയറുനിറയെ ഭക്ഷണവും പുത്തനുടുപ്പും കൊടുത്തു.

ഇരുപത് വർഷങ്ങൾ. ഇടയ്ക്ക് കാർത്തുവിന് കൊണ്ടുപിടിച്ച കല്യാണാലോചനകൾ തുടങ്ങി മീര. കാട്ടുശീലങ്ങൾ അരോചകമായിത്തുടങ്ങിയിരുന്നു. അതിനാൽ കാട്ടിൽനിന്നു വന്ന ആലോചനകൾ അവൾ നിരസിച്ചു. കാട്ടിൽനിന്നും പറിച്ചുനട്ട കറുമ്പിയെ നാട്ടാർക്കും വേണ്ട. ഓരോ കല്യാണാലോചനയും വന്ന് മുടങ്ങുമ്പോൾ മീരയിൽ ദുഃഖത്തിന്റെ ഒരു അമിട്ട് പൊട്ടിപ്പൊലിയും. എങ്കിലും അതിനടിയിൽ പൊലിയാതെ കിടന്ന ഓരോ തീപ്പൊരികണ്ട് ആശ്വസിക്കും.

കാർത്തു പോയാൽ താനിനി എന്തു ചെയ്യും?

മക്കൾ രണ്ടുപേരുടെയും രുചികളും അഭിരുചികളും രണ്ടു ധ്രുവങ്ങളിലാണ്. അവരുടെ രുചികൾക്കനുസരിച്ച് കാർത്തു ഭക്ഷണം നിരത്തും; അഭിരുചികൾക്കനുസരിച്ച് വീടിനുള്ളിലെ ബന്ധങ്ങളുടെ പാലം പണിയും. മീരയ്ക്ക് അന്നന്നുടുക്കേണ്ട സാരിപോലും തെരഞ്ഞെടുത്ത് വെക്കുന്നത് കാർത്തുവാണ്.

മീര കിടന്നിട്ടില്ല. സീറ്റിൽ തല പുറകിലേക്ക് ചാരി കണ്ണടച്ചിരിക്കുന്നു. അവളുറങ്ങിയോ? ഇല്ലെങ്കിൽ പെട്ടെന്നുറങ്ങാൻ പറ്റാത്ത അവളുടെ മനസ്സിൽ എന്താവാം? കാർത്തു വെളിയിലേക്ക് നോക്കി ഓടിമറയുന്ന നഗരക്കാഴ്ചകളിൽ മതിമറന്നിരിക്കുന്നു.

പിന്നിലേക്ക് തിരിച്ച തല മുന്നിലേക്ക് തന്നെ തിരിച്ച് ഇപ്പോൾ അസ്വസ്ഥനാകുന്നത് സ്വന്തം ചിന്തകളിലേക്ക് മടങ്ങിയ വാസുദേവൻമാസ്റ്ററാണ്.

ചിതലമ്മ

കോളിങ്ബെൽ അടിച്ചതുകേട്ട് വാതിൽ തുറന്നപ്പോൾ മഴപ്പാറ്റകൾ പൊഴിച്ചിട്ട ചിതലുകളുടെ ചിതറിയ കൂമ്പാരം അവിടെത്തന്നെ ഉണ്ടായിരുന്നു. അതിരാവിലെ വാതിൽ തുറന്ന് പാൽപ്പാത്രം പുറത്തുവച്ചപ്പോഴാണ് ആദ്യം കണ്ടത്. ചിറകിൻ കൂമ്പാരത്തിൽനിന്ന് പാത്രം വലിച്ചെടുത്തപ്പോഴാണ് അവ ചിതറിയത്. എപ്പോഴാവാം ഈ മഴപ്പാറ്റകൾ പ്രകാശത്തിൽ തലതല്ലി ചിറകുകൾ പൊഴിച്ചിട്ട് പറന്നകന്നത്?

സലോമി നാട്ടിലേക്ക് പോകുമ്പോൾ പറഞ്ഞേല്പിച്ച പുറംപണിക്കാരി വരികയോ താൻ ബാങ്കിലേക്ക് പുറപ്പെടുന്നതിന് മുൻപ് ഇറയവും മുറ്റവും വൃത്തിയാക്കുകയോ ചെയ്തിട്ടില്ല.

വൃത്തിയായി വസ്ത്രധാരണം ചെയ്ത് കാലിൽ ഷൂസുകളും കൈയിൽ സഞ്ചിയുമായി, ടൈകെട്ടി, മുഖത്തു ഫിറ്റുചെയ്ത ചിരിയുമായി ഒരു പയ്യൻ കോളിങ്ബെല്ലിൽ വിരൽതൊട്ടു നില്പുണ്ടായിരുന്നു. അവന്റെയും മഴപ്പാറ്റകൾ പൊഴിച്ചിട്ട ചിറകുകളുടെയും അസ്വസ്ഥതകൾക്കു നടുവിൽ നിന്നപ്പോൾ ജോസഫ് ജോർജ് ബാങ്കിലേക്ക് ഇറങ്ങാനുള്ള നിമിഷങ്ങൾ എണ്ണിത്തീർക്കുകയായിരുന്നു.

അയാളുടെ മുഖത്തിനും പൊഴിഞ്ഞുവീണ ചിറകുകൾക്കും ഇടയിൽ പയ്യന്റെ ദൃഷ്ടികൾ സംശയത്തോടെ ചാഞ്ചാടി. പെട്ടെന്ന് അവയിൽ തെളിഞ്ഞ ഒരുറപ്പ് മുഖത്ത് പൂങ്കുലപോലെ ഒരു ചിരി വിടർത്തിയപ്പോൾ സാകൂതം അവർ ജോസഫ് ജോർജിന്റെ കണ്ണുകളിൽ നോക്കി പറഞ്ഞു:

“സർ, ബാങ്കിലേക്ക് പോകാൻ നേരമായിക്കാണും, ഒരഞ്ചുമിനിറ്റ്. അഞ്ചുമിനിറ്റ് സാറെനിക്ക് തന്നേ പറ്റൂ. പറയാനുള്ളത് കേട്ടുകഴിഞ്ഞ് കൂടുതൽ സംസാരിക്കണമെന്ന് തോന്നിയാൽ മാത്രം ഞാൻ സാറ് പറയുന്ന സമയത്ത് വീണ്ടുംവരാം.” അയാൾക്ക് എന്തെങ്കിലും പറയാൻ

കഴിയുന്നതിനു മുമ്പേ പയ്യൻ ആരംഭിച്ചുകഴിഞ്ഞിരുന്നു.

"സർ, ആദ്യമഴയ്ക്കുശേഷം സന്ധ്യക്കോ, അതുകഴിഞ്ഞോ തവിട്ടു നിറത്തിലുള്ള ഒരു കൂട്ടം പ്രാണികൾ വീടിനകത്തു കയറി ബൾബുകൾക്കും ട്യൂബുകൾക്കും ചുറ്റുമായി പറക്കുന്നത് കണ്ടിട്ടില്ലേ? ഇതാ ഇപ്പോത്തന്നെ കണ്ടില്ലേ, ഈ മഴപ്പാറ്റയുടെ ചിറകുകൾ വീണ് എത്ര വൃത്തികേടായിട്ടാണ് കിടക്കുന്നത്?"

കൂട്ടംചേർന്നുള്ള ഈ ചാട്ടമോ, പൊഴിച്ചിട്ട ചിറകുകളോ കണ്ടാൽ സർ, തീർച്ചയാക്കാം ഈ ചെറുപ്രാണികളുടെ ഒരു കോളനി പൊരുതാനുള്ള സകല തയ്യാറെടുപ്പോടെയും നിങ്ങളുടെ സമീപത്തുണ്ടെന്ന് സ്വന്തം വീടിന്റെ അടിത്തറയിലെ മണ്ണിനകത്ത്. പഴയ കോളനിയിൽനിന്ന് പറന്നുവരുന്ന ഈ കൂട്ടത്തിന് ഒരൊറ്റ ലക്ഷ്യമേയുള്ളൂ. സ്വന്തം കോളനി മുടിയും മുമ്പേ മറ്റൊന്നുണ്ടാക്കുക.

അതായത് രണ്ടു കാര്യങ്ങൾ ശ്രദ്ധിക്കുക. ഒന്ന് വീടിനടിയിലുള്ള ഒരു കോളനി. രണ്ട് മറ്റൊന്നു സ്ഥാപിക്കാനുള്ള ശ്രമവും. പ്രകാശനാളത്തോടടുത്തതും പാറ്റകൾ ചിറകുകൾ പൊഴിച്ച് നിലത്തിടും. പിന്നെ ഇണ തേടലായി.

ചിറകുകൾ പൊഴിച്ചിട്ട മഴപ്പാറ്റകളാണു സർ, ചിതലുകളായി വരുന്നത്.

ചിറകുകൾ പൊഴിച്ചിട്ട് ഇണചേർന്ന പെൺചിതലുകൾ പിന്നെ..."

ബാങ്കിലെ ഓഫീസർ തസ്തികയിലിരുന്ന് കുടുംബം പോറ്റുന്ന തന്റെ ബജറ്റിൽനിന്ന് കിഴിച്ച കണക്കുകൾ കൂട്ടാനുള്ളവയാണ് ഇത്തരം സന്ദർശനങ്ങൾ എന്നയാൾക്കറിയാം.

"പ്ലീസ്...."

ജോസഫ് ജോർജ് രണ്ടു കൈയും ഉയർത്തി വിലക്കി. "നിങ്ങൾ എന്തിനുള്ള പുറപ്പാടാണ്. രാവിലെ തന്നെ മഴപ്പാറ്റയേയും ചിതലിനേയും പറ്റി വാചകമടിച്ച്.. ബാങ്കിലെത്തേണ്ട സമയം ഇപ്പൊത്തന്നെ കഴിഞ്ഞു."

"ഓ, സോറി സർ. പറഞ്ഞില്ല. അല്ലേ. ഞാൻ കേർ ആന്റ് ക്യൂർപെസ്റ്റ് കൺട്രോളിൽ നിന്നാണ്. സാറിന്റെ വീട്ടിൽ പാറ്റകളുടെ ചിറകുകൾ കണ്ടപ്പോഴേ തീർച്ചയാക്കിയതാണ്, വീടിന്റെ അടിത്തറയിൽ ചിതലുകളുടെ ഒരു കോളനി തമ്പടിച്ചുകഴിഞ്ഞെന്ന്. മറ്റൊന്ന് ഏതു നിമിഷവും സ്ഥാപിക്കപ്പെടാം. ഞാൻ പിന്നെ വരാം സർ. വീട്ടിൽ എവിടെയൊക്കെ ചിതലിന്റെ ഉപദ്രവമുണ്ടെന്ന് ഓർത്തുവെച്ചോളൂ. ഇല്ലാതെ വരില്ല. തീർച്ച. ഇതാ, ഞങ്ങളുടെ ബ്രോഷർ. ഇന്നുതന്നെ ഒന്നു കണ്ണോടിച്ചു വയ്ക്കുന്നതാവും നല്ലത്. ചിതലുകൾ മാത്രമല്ല, എല്ലാതരം പെസ്റ്റുകളെയും ഞങ്ങൾ ഡീൽചെയ്യുന്നുണ്ട്.

ഓകെ. കാണാം സർ. വൈകീട്ട് എത്ര മണിക്ക്? ആറര? അപ്പോഴേക്കും സാറും ബാങ്കിൽനിന്ന് വന്ന് ഫ്രഷയായി കാണുമല്ലോ?"

ബ്രോഷർ കൈയിൽ പിടിച്ച് തീരുമാനം സ്വയമെടുത്ത് പയ്യൻ ചുറു

ചുറുക്കോടെ ഇറങ്ങിപ്പോയി.

ബാങ്ക് ജോലിയിൽ കണിശക്കാരനായ ജോസഫ് ജോർജിന്റെ ജോലി കഴിഞ്ഞുള്ള ആകെ ഒരു താല്പര്യവും സാന്ത്വനവും പുസ്തകങ്ങളാണ്. വീട്ടിലെ അലമാരയിലെ കള്ളികളിൽ മലയാളത്തിലും ഇംഗ്ലീഷിലും വേർതിരിച്ചു സൂക്ഷിച്ച പുസ്തകങ്ങൾ ധാരാളമുണ്ട്. വായനയുടെ കിളിവാതിലിലൂടെ അറിയാത്ത പല ലോകങ്ങളുമാണ് തുറന്നുകിട്ടാറുള്ളത്.

പക്ഷേ, മഴപ്പാറ്റകളാണ് ചിറകുപൊഴിച്ച് മണ്ണിലേക്ക് ഊളിയിട്ട് ചിതലുകളാകുന്നതെന്ന കാര്യം ഒരു പുതിയ അറിവാണ്. കച്ചവടമുറപ്പിക്കാനായി വന്ന പയ്യൻ അതു പറഞ്ഞപ്പോൾ താൻ മണ്ണിലേക്കു ഊളിയിട്ടിറങ്ങുന്ന ഒരു ചിതലിനെപ്പോലെ ചെറുതായതായി തോന്നി അയാൾക്ക്.

എത്രയൊക്കെ അറിവുണ്ടെന്ന് നാം നടിച്ചാലും, നമുക്കരികെയിരുന്ന് ജീവിതം പലതും പഠിപ്പിച്ച് തന്നാലും പലപ്പോഴും നാം കാണാൻ കണ്ണില്ലാതെ, കേൾക്കാൻ ചെവിയില്ലാതെ പൊട്ടൻകളി തുടരുന്നു.

ഒരു ചിതൽപ്പുറ്റുപോലെ ചെറുതും ദുർബ്ബലവുമായിരുന്ന തന്റെ കുട്ടിക്കാലത്തെ വീട്. സാമാന്യം ഭേദപ്പെട്ട ഈ സ്വന്തം വാർപ്പുകെട്ടിടം. അവയിലൊക്കെ മുട്ടവിളക്കിന്റെയും വൈദ്യുതി വെളിച്ചത്തിന്റെയും പ്രകാശവലയങ്ങളിൽ മാറിമാറി മഴുപ്പാറ്റകൾ തലതല്ലി ചിറകുകൾ പൊഴിച്ചിട്ടുണ്ട്. പക്ഷേ, അറിഞ്ഞില്ല, അമ്മച്ചിയുടെ ചൂരൽപെട്ടിക്കുള്ളിലെ മുണ്ടുമടക്കിന്റെ അരികുകൾ മൺവരകൾ തീർത്ത് കാർന്നുതിന്നത് ആരാണെന്ന്. പുറത്തേക്ക് ധരിക്കാൻ സൂക്ഷിച്ച ആകെയുള്ള വസ്ത്രങ്ങളിൽ അമ്മച്ചിയുടെ കണ്ണീർ ഇറ്റുവീണ സന്ദർഭങ്ങൾ ധാരാളം കണ്ടിട്ടുണ്ട്.

സ്വന്തം അലമാരയിലെ പുസ്തകങ്ങളെ ഇവ ആക്രമിക്കാൻ തുടങ്ങിയിട്ട് ഒരു കൊല്ലത്തിലേറെയായി. ഇടയ്ക്കിടെ പൊടിയും ചിതലും തട്ടി ഹിറ്റിന്റെ ശൂ ശൂ കൈകളാൽ അവയെ ഭീഷണിപ്പെടുത്തിയാലും അതൊക്കെ അതിജീവിച്ച് ഒന്നൊന്നര മാസം കഴിഞ്ഞാൽ അവ മറ്റൊരു കള്ളിയിൽ തലപൊക്കും.

ഹിറ്റിനേക്കാൾ നല്ല കീടനാശിനി എന്നു പറഞ്ഞ് സലോമി മാർക്കറ്റിൽ നിന്നു വാങ്ങിയ കോക്റോൺ എന്ന സാധനം ഉയർത്തിക്കാട്ടിയത് ഈയിടെയാണ്. അതിനേയും അതിജീവിച്ചാണ് മറ്റൊരു കള്ളിയിൽ നിന്ന് നോബൽ സമ്മാന ജേതാവിനേയും ജയിച്ച അഹന്തയിൽ ഒഹാൻ പാമുക്കിന്റെ രണ്ടു പുസ്തകങ്ങളിന്മേൽ ഒരുപറ്റം പുളച്ചു കളിച്ചത്. സ്വന്തം നെഞ്ചാണ് ഇവറ്റ ചവച്ചുതുപ്പുന്നത്.

കേടുവന്ന അലമാരയിലെ കള്ളികളാകെ അരിച്ചുപെറുക്കി നോക്കി. സിമന്റ് തട്ടുകളിൽ ചുമരോട് ചേർത്തു പണിത അലമാരയിലെ മിക്ക കള്ളികളുടെയും അടിഭാഗം ചതഞ്ഞും പൊടിഞ്ഞും കിടക്കുന്നു. കുഴഞ്ഞ ചിതൽ മണ്ണിൽ മരവും കടലാസും തീർത്ത പരപ്പിൽ ചിതലുകൾ പൂഴിപ്പരപ്പിലെ ഞണ്ടുകളെപ്പോലെ തല പൂഴ്ത്തുകയും പുളയ്ക്കു

കയും ചെയ്യുന്നു. അലമാരയോരത്തെ ചുമരുകളിൽ തട്ടിക്കളഞ്ഞ ചിതൽക്കുഴലുകളുടെ ചിത്രപ്പാടുകൾ. ചിതലുകൾ മണ്ണിലും കടലാസിലും ഉരസുമ്പോഴുള്ള ചിലമ്പൽ അസ്വാസ്ഥ്യത്തിന്റെ കൊച്ചസ്ത്രങ്ങളെറിഞ്ഞ് ദേഹത്ത് ഉളുപ്പ് പടർത്തുന്നു.

ഈയിടെയായി സലോമി വീടിന്റെ മുക്കിലും മൂലയിലുമുള്ള വല്ല സാധനവും പൊക്കിപ്പിടിച്ച് വന്ന് പരാതി പറയാറുണ്ട്.

"ഇതു കണ്ടോ. കുറേയായി സ്റ്റോർ റൂമിന്റെ മൂലയ്ക്കു തട്ടിലിരുന്നതാ ശ്രദ്ധിച്ചില്ല. പ്ലാസ്റ്റിക് ഡബ്ബയുടെ മൂടിവരെ നാശമായിരിക്കുന്നു. ലോഹവും ചിതൽ തിന്നുമെന്ന് കരുതിയില്ല."

തിന്നതല്ലായിരിക്കാം. തിന്നാനുള്ള ശ്രമത്തിൽ മണ്ണിന്റെ കറ വീഴ്ത്തി, ദേഹത്തിലെ സ്രവങ്ങൾ വീഴ്ത്തി അലങ്കോലപ്പെടുത്തിയതാവാം. സ്റ്റുഡിയോവിൽ അന്വേഷിച്ച് വൃത്തിയാക്കിയെടുക്കാൻ വേണ്ടി അഴിച്ചുവെച്ച അപ്പനമ്മമാരുടെ മൂടൽവന്ന് മങ്ങിയ ഫോട്ടോകളുടെ ലോഹച്ചട്ടയിലാണ് പുതിയ ആക്രമണം.

വൈകുന്നേരം ബാങ്കിൽ നിന്നു വന്നാൽ പുസ്തകങ്ങളിൽ തല പൂഴ്ത്താൻ വെപ്രാളപ്പെടുകയാണ് പതിവ്. അന്ന് ജോസഫ് ജോർജ് രണ്ടു ചായയുമിട്ട് വഴിക്കണ്ണും നട്ട് ആ പയ്യനുവേണ്ടി കാത്തിരുന്നപ്പോൾ അവൻ വന്നു, കൃത്യം ആറരയ്ക്ക്.

ചിറകുകൾ പൊഴിച്ചിട്ട് ഇണചേർന്ന പെൺചിതലുകൾ പിന്നെ.....

നെഞ്ചിലെ ആകാംക്ഷയുടെ ചിതലരിപ്പിൽ സഹികെട്ട് ബാങ്കു ജോലികൾ തിരക്കിട്ട് തീർത്ത് ചിതൽ ചിത്രം പൂർത്തിയാക്കാനായി അയാൾ പതിവിലും നേരത്തെ വീടണഞ്ഞതാണ്. അന്നാദ്യമായി വീട്ടിൽ വലിഞ്ഞുകയറി വന്ന ഒരു കമ്പനി പ്രതിനിധിയെ അയാൾ ഒരു സുഹൃത്തിനെയെന്ന വണ്ണം സ്വീകരിക്കുകയും കുശലങ്ങൾ കൈമാറുകയും ചെയ്തു.

ഉപഭോക്താവിന്റെ ഹൃദയത്തിലേക്കുള്ള വഴി കണ്ടുപിടിച്ച പയ്യൻ, അയാളുടെ കീശയിലേക്കുള്ള വഴിയുടെ തന്ത്രങ്ങൾ മെനഞ്ഞെടുക്കുകയായിരുന്നു.

"ചിറകുകൾ പൊഴിച്ച് ഇണ ചേർന്ന പെൺചിതലുകൾ പിന്നെ, സേഫായി മുട്ടയിടാൻ സ്ഥലം തേടുന്നു. ക്വീൻ എന്നുപറയുന്ന ആ പെൺചിതൽ ഒരു ദിവസം രണ്ടായിരത്തോളം മുട്ടകളിടും. കിങ്ങും ക്വീനും വംശവർദ്ധനവിന് മാത്രം ഉള്ളതാണ്. ഒരു ക്വീനിന് ധാരാളം വർക്കേഴ്സ്, അതായത് ജോലിക്കാരും സോൾജിയേഴ്സും ഉണ്ടാകും. വർക്കേഴ്സാണ് ഭക്ഷണംതേടി യാത്ര ചെയ്യുക, അവർക്ക് കണ്ണുകാണില്ല."

"ഉയ്പോ... ന്റീശോയേ." കഥനത്തിന്റെ ഈ ഭാഗമെത്തിയപ്പോൾ ജോസഫ് ജോർജിൽനിന്ന് അങ്ങനെയൊരു ആശ്ചര്യപ്രകടനമുണ്ടായി.

"വിശ്വസിക്കണം സാറെ, 250 മില്യൺ കൊല്ലങ്ങളായി ചിതലുകൾ

ഈ ഭൂമിയിൽ ജീവിക്കാൻ തുടങ്ങിയിട്ട്. മനുഷ്യനേക്കാൾ എത്രയോ മുൻപ്. അവർക്ക് പ്രകൃതിയിൽ ദൈവം കൊടുത്ത റോൾ എന്താണെന്നല്ലേ? കേടുവന്നതും ഉണങ്ങിയതുമായ മരങ്ങളെ നുറുക്കി മണ്ണിലലിയിച്ച് പുതിയവയുടെ സൃഷ്ടിയിൽ സഹായിക്കുക."

"കണ്ണുകാണാതെ സഞ്ചരിക്ക്യോ. അതിശയം തന്നെ."

ഉപഭോക്താവിന്റെ ഹൃദയത്തിന്റെ വാതിൽ മലർക്കെ തുറന്നിട്ട ഒരു ചോദ്യം.

പയ്യൻ അവിടെ കാലെടുത്തുവച്ച് ഉറച്ച ഒരടി അളന്നെടുത്തു. കഥ കത്തിക്കയറുകയായിരുന്നു.

"സഞ്ചരിക്ക മാത്രമല്ല, കോളനിക്കു വേണ്ട മുഴുവൻ ഭക്ഷണവും ശേഖരിക്കുന്നത് അവരാണ്. മണ്ണിന്റെ ഒരു ട്യൂബ് ചുമരിൽക്കൂടി കയറിപ്പോകുന്നത് കണ്ടിട്ടില്ലേ? ചിലപ്പോൾ വലിയ മരങ്ങൾ മുഴുക്കെ പൊതിഞ്ഞ് ഇത്തരം മണ്ണുറകൾ കാണാം. അതാണ് വർക്കേഴ്സിന് സഞ്ചരിക്കാനുള്ള വഴി. വഴിതെറ്റരുതല്ലോ. പോകുന്നവഴിയൊക്കെ മണ്ണുകൊണ്ട് ട്യൂബ് തീർക്കും. തീറ്റയ്ക്കായി മരമോ, കടലാസോ ഉള്ള സ്ഥലം കണ്ടെത്തിക്കഴിഞ്ഞാൽ പിന്നെ ട്യൂബിലൂടെയുള്ള നിരന്തരമായ സഞ്ചാരമാണ്. അങ്ങോട്ടേക്കും ഭക്ഷണം ശേഖരിച്ച് തിരിച്ചും. ഒരു കെട്ടിടത്തിന്റെ പത്തും പന്ത്രണ്ടും നിലകൾവരെ അവ കയറിയെത്തും. ചിലപ്പോൾ പുറത്തെ ട്യൂബ് കണ്ടില്ലെന്നിരിക്കും. അവരെ ചുമരിനുള്ളിലുള്ള കൺസീൽഡ് വയറിങ്ങിന്റെ പൈപ്പിലൂടെ സഞ്ചരിച്ച്, പെട്ടെന്നൊരു മുറിയിലേക്ക് ചാടും. മരവും കടലാസുമാണ് പ്രിയ ഭക്ഷണമെങ്കിലും അവ തേടിയുള്ള പരക്കം പാച്ചിലിൽ പ്ലാസ്റ്റിക്കും റബ്ബറും ഒക്കെ കേടുവരുത്തും.

ഇനി സോൾജിയേഴ്സിന്റെ റോൾ എന്താണെന്നല്ലെ? മുട്ടയിടുന്ന പെൺ ചിതലിനെ സംരക്ഷിക്കുക. രാജ്ഞിയുടെ അടുത്തെങ്ങാനും നാം എത്തിപ്പെട്ടാൽ അവ അസ്സൽ കടിവച്ചുതരും. രണ്ടു ലക്ഷണങ്ങളാണ് ടെർമൈറ്റ്സിന്റെ സാന്നിദ്ധ്യം ഉറപ്പിക്കുക. ഒന്ന് മഴപ്പാറ്റകളുടെ പൊഴിഞ്ഞ ചിറകുകൾ. രണ്ട് മൺ ട്യൂബ്.

ഇവ കണ്ടില്ലെങ്കിലും നിങ്ങളുടെ വീട്ടിൽ ചിതലുകളില്ല എന്നുറപ്പിക്കാൻ വരട്ടെ, ചിലപ്പോൾ എല്ലാം തിന്നുതീർത്ത ശേഷമായിരിക്കും അവ പുറത്തിറങ്ങി നിങ്ങളെ ഞെട്ടിക്കുക."

അടുത്തത് ജോസഫ് ജോർജ് എന്ന ഉപഭോക്താവിന്റെ കീശയിലുള്ള പിടുത്തമാണ്.

"അതിനുള്ള ആകെയുള്ള ഒരു പോംവഴിയാണ് സർ, ആന്റി ടെർമൈറ്റ് ട്രീറ്റ്മെന്റ്. ലക്ഷണം കണ്ടുകഴിഞ്ഞാൽ മൊത്തം ട്രീറ്റ്മെന്റ് ചെയ്യാതെ രക്ഷയില്ല. ചിതൽ ഉള്ള ഭാഗം മാത്രം ചെയ്താൽ, മണ്ണിനടിയിൽ കോളനിയുള്ള സ്ഥിതിക്ക് മറ്റൊരു ഭാഗത്തുകൂടെ പുറത്തുചാടും. സർ, ഇനി ചിതൽ തിന്നു മുഴുക്കെ നശിച്ചെന്നുതന്നെ ഇരിക്കട്ടെ. ഫുൾ

ഗ്യാരണ്ടിയടക്കം ഞങ്ങൾ ശല്യം പാടെ മാറ്റിത്തരും."

പൂർത്തിയായ ചിതൽ കഥയ്ക്ക് ചുറ്റുമായിരുന്ന ജോസഫ് ജോർജിന്റെ മനസ്സ് കച്ചവടത്തിലേക്കു വരാൻ ഒട്ടേറെ നേരമെടുത്തു.

വീട് മൊത്തം ട്രീറ്റു ചെയ്യാനുള്ള ഉറപ്പ് വാക്കാൽ പറ്റിയാണ് പയ്യൻ സ്ഥലം വിട്ടത്. ഉടനെ സലോമിയും കുട്ടികളും തിരിച്ചെത്തുന്നതിനു മുൻപ്.

പിന്നെ, അടുത്തൊരു ദിവസം കേർ ആന്റ് ക്യൂർ എന്ന കമ്പനിയുടെ ജോലിക്കാർ വന്ന് ചുമരുകൾക്കിരുവശവും ഡ്രിൽ ചെയ്തു നേർത്ത കുഴികളിൽ കെമിക്കൽ നിറച്ച് സീൽ ചെയ്ത് മൂന്നേ മൂന്നു ദിവസം കൊണ്ട് ജോസഫ് ജോർജിന്റെ വീട്ടിലെ ചിതലുകൾക്ക് ചിതയൊരുക്കി. ചിതൽക്കുഴലുകൾ അടിയിലൊളിച്ചു വച്ച അലമാരയിലെ മരവും സൺമൈക്കയും കുത്തിക്കീറി വാർപ്പുതട്ടുകളെ സ്വതന്ത്രമാക്കി.

പട ജയിച്ച ഒരുന്മാദത്തിൽ അയാൾ തന്റെ പഴയ അലമാരയായിരുന്ന വാർപ്പുതട്ടുകൾക്കു മുന്നിൽ നിന്നു. അസ്ഥിവരകൾ പോലെ തട്ടുകളിൽ തെളിഞ്ഞ ചിതൽപ്പാടുകൾ നോക്കി അയാൾ നെടുവീർപ്പിട്ടു.

സാധാരണയായി ജോസഫ് ജോർജ് രാത്രി ഉറക്കം പിടിക്കാറുള്ളത് അന്നറിഞ്ഞതോ, വായിച്ചതോ ആയ കഥാപാത്രങ്ങൾക്കൊപ്പം കഴിച്ചുകൂട്ടിയും സലോമിയുടെ പാദപതനങ്ങൾ കേട്ടുകൊണ്ടാണ്. വീടുറങ്ങുന്നതിനു മുൻപേ അവൾക്ക് നുള്ളുനുറുങ്ങ് പണികൾ ചെയ്ത് തീർക്കാനുണ്ടാവും. അന്നത്തെ കഥാപാത്രങ്ങൾ പയ്യനും ചിതൽ കുടുംബവുമായിരുന്നല്ലോ.

സലോമിയില്ലാത്ത ആ വീട്ടിൽ ജോസഫ് ജോർജിന് ആരുടെയോ കാലൊച്ച തന്നെ ഉറക്കത്തിലേക്ക് നയിക്കുന്നതായി തോന്നി. തലയിണയിൽ മുഖമമർത്തിയപ്പോൾ തറയിൽനിന്ന് കട്ടിൽ വഴി ചെവിയിലെത്തിയ ഏതോ ഒരു സ്പന്ദനം. ചെവിയിലാരോ എന്തോ മന്ത്രിക്കുന്നു. ആ നിമന്ത്രണത്തിലൂടെ ഉറക്കത്തിന്റെ അഗാധതയിലെത്തിയ ജോസഫ് ജോർജ്. ഇപ്പോഴയാൾ ഭൂമിയുടെ അഗാധതയിലാണ്. അവിടെ ആരുടേയോ ഒരു ജോടി കൈകൾ അയാളെ കോരിയെടുത്തു. മാർദ്ദവമേറിയ ഒരു ഉടൽപറ്റി അയാൾ കിടന്നു. സുരക്ഷിതമായ കൈകളുടെ വലയത്തിൽ കനിവുറ്റ ഒരു മുഖത്തേക്കുനോക്കി അയാൾ പതുക്കെ ചോദിച്ചു."ആരാ നിങ്ങൾ?"

"ഞാൻ ചിതലമ്മ. ഈ ഭൂമിയുടെ അവകാശി, നിന്റെ ഭൂമിയുടെ അവകാശി. കുറ്റിയിൽ അംശം ദേശത്തിലെ സ. 123 ബി-ലും റി.സ 53 ലും ഉള്ള നിന്റെ പതിനഞ്ചു സെന്റ് ഭൂമിയുടെ യഥാർത്ഥ അവകാശി ജോസഫ് ജോർജേ നീയല്ല, ഞാനാണ്. മനുഷ്യന് എത്രയോ കൊല്ലങ്ങൾക്ക് മുൻപ് ഭൂമിക്കടിയിൽ ജീവിക്കുന്ന വംശത്തിന്റെ പിൻഗാമിയായ ഞാൻ."

അതു പറഞ്ഞപ്പോൾ അവർ പതുക്കെ വിതുമ്പുകയും കണ്ണുകൾ ഈറനാവുകയും ചെയ്തു.

ചിതലമ്മ ഗാന്ധാരിയെപ്പോലെ ഉല്പാദനശേഷിയുള്ളവൾ. വയറ്റിൽ വളർന്ന മാംസപിണ്ഡം കൊത്തിനുറുക്കി നൂറ്റൊന്ന് കഷണങ്ങളാക്കി ഓരോന്നും വെവ്വേറെ കുംഭങ്ങളിലാക്കി മൂടിക്കെട്ടി, നനച്ച്, നൂറ്റൊന്ന് മക്കളെ മുളപ്പിച്ചെടുത്ത ഗാന്ധാരി. ഹസ്തിനപുരത്തെ മണ്ണിന്റെ അവകാശം സ്ഥാപിച്ചെടുക്കാൻ പൊരുതിയ കൗരവപ്പടയുടെ അമ്മ. ജോസഫ് ജോർജിന്റെ മണ്ണിലെ ഈർപ്പത്തിൽ സ്വയം നനഞ്ഞ് ആയിരക്കണക്കിന് മുട്ടകളിട്ട് വംശം പെരുപ്പിച്ച് സ്വന്തം ഭൂമിയുടെ അവകാശത്തിന് പൊരുതാൻ പടയൊരുക്കുന്ന ഒരു പറ്റത്തിന്റെ പെറ്റമ്മ. ചിതലമ്മ.

അന്നുരാത്രി കഥയും സ്വപ്നവും കെട്ടുപിണഞ്ഞ ഉറക്കത്തെ കെട്ടിപ്പിടിച്ച് കിടന്ന ജോസഫ് ജോർജിനെ കുലുക്കിവിളിച്ച് കമ്പനി പ്രതിനിധി പയ്യൻ മുമ്പിൽ പ്രത്യക്ഷപ്പെട്ടു. കൈയിൽ ബാഗ്. കഴുത്തിൽ ടൈ. കാലിൽ ഷൂകൾ. കൊല്ലുന്ന ചിരിയും. കൈയിലെ ബ്രോഷർ ഉയർത്തിപ്പിടിച്ച് അവൻ പറഞ്ഞു:

“സർ, കമ്പനിയുടെ പുതിയൊരു സ്കീം പരിചയപ്പെടുത്താനാണ് ഞാൻ വന്നത്. പ്രത്യേകിച്ച്, നിങ്ങൾക്ക്. ക്രിസ്തീയ ഭവനങ്ങളിൽ നല്ല സ്കോപ്പുള്ള ഒരു പദ്ധതിയാണ്. മരിച്ചാൽ മണ്ണിലടക്കാൻ ആന്റിടെർമൈറ്റിന് പ്രത്യേകം ട്രീറ്റ് ചെയ്ത ശവപ്പെട്ടി ഞങ്ങൾ വിപണിയിലിറക്കുന്നുണ്ട്. ഉദാഹരത്തിന്, ജോർജ്ജു മകൻ ജോസഫിന് കുറേക്കാലം കേടുകൂടാതെയും ആരെയും ഭയപ്പെടാതെയും സ്വന്തം മണ്ണിൽ കിടക്കാനുള്ള അവകാശം സ്ഥാപിച്ചെടുക്കാം. പെട്ടിയിലടക്കും മുൻപ് ഡെഡ്ബോഡിയും ട്രീറ്റ് ചെയ്യപ്പെടും. ഞങ്ങളുടെ വാറന്റി പതിനഞ്ചു കൊല്ലത്തേക്കാണ്.”

പിറകിൽ നിന്നുവന്ന ചിരിയുടെ മുഴക്കം കേട്ട് രണ്ടുപേരും ഞെട്ടിത്തിരിഞ്ഞു നോക്കി. ഭൂമി നിറഞ്ഞ് ചിതലമ്മ ഉറക്കെയുറക്കെ ചിരിക്കുന്നു.

“നീ ഇത്ര മഠയനായിപ്പോയല്ലോ കൊച്ചുപയ്യനെ. ശവങ്ങൾ കേടുകൂടാതെയിരിക്കണം എന്ന് ആരാണ് നിന്നോടു പറഞ്ഞത്? ഒരു മതവും അങ്ങനെ പറയുന്നില്ല. മനുഷ്യൻ മണ്ണിൽ ചേരേണ്ടവനാണ്. അതിനു സഹായിക്കാൻ ഞങ്ങളും കൂട്ടുണ്ട്.”

ഇല്ലെങ്കിൽ ഞങ്ങളുടെ ഈ ഭൂമിയിലുള്ള ദൗത്യം തന്നെ പാഴായിപ്പോവില്ലേ? എത്ര വലിയ മരങ്ങളെയാണ് ഞങ്ങൾ ചവച്ചു നുറുക്കി. മണ്ണിലലിയിച്ചിട്ടുള്ളത്? പിന്നെയല്ലേ മനുഷ്യൻ? കുഴിമാടത്തിൽക്കിടന്ന് കാലവും ഞങ്ങളും അവരെ കൊത്തിനുറുക്കി മണ്ണോടലിയിക്കണം. അതിനുവേണ്ടത് ട്രീറ്റ് ചെയ്ത ശവപ്പെട്ടിയല്ല, ഒരു ചിതലിനെപ്പോലെ ദുർബ്ബലമായ, തൊട്ടാൽ പൊട്ടുന്ന പെട്ടിയാണ്. കാണുന്നില്ലേ മനുഷ്യൻ ഒന്നൊന്നായി ശവക്കുഴിയിലേക്ക് വരി നില്ക്കുന്നത്.”

കണ്ടുകണ്ടിരിക്കെ ചിതലമ്മ പൊടുന്നനെ ഭൂമിക്കടിയിലേക്ക് അപ്രത്യക്ഷമായി. പോകുന്നപോക്കിൽ അവർ ജോസഫ് ജോർജിന്റെ തോളിൽ തട്ടി പറഞ്ഞു:

“കാണാം. അടുത്തുതന്നെ. വീട്ടിൽവച്ച്.”

ആ പറഞ്ഞതിന്റെ പൊരുളന്വേഷിച്ച് അയാൾ ഉറക്കം വരാതെ ഏറെ നേരം കിടന്നു.

പിറ്റേന്ന് ഉണർന്നെഴുന്നേറ്റയുടൻ ജോസഫ് ജോർജ് ആദ്യം ചെയ്തത് തന്റെ പെട്ടിയിൽ സൂക്ഷിച്ച ഗ്യാരണ്ടി കാർഡ് എടുത്ത് നോക്കുകയായിരുന്നു. അതിൽ ഗ്യാരണ്ടിയുടെ കാലം എഴുതിയ ഭാഗം ചിതൽ തിന്ന് പൊടിഞ്ഞിരുന്നു.

കുരുക്ഷേത്ര

റെയിസിൻ ബ്രാൻ സിരിയൽ മുക്കാൽ ഭാഗം നിറച്ച കോപ്പയിൽ സ്പൂണിട്ടിളക്കി പാല് കുതിർന്നുയരുന്നതു നോക്കി കൃഷ്ണ അല്പ നേരം ഇരുന്നു. പാട നീക്കിയ നേർത്ത പാലിൽ ഉണക്ക മുന്തിരിപ്പഴ ങ്ങൾ പൊങ്ങിക്കിടക്കുന്നതു കാണാൻ രസമുണ്ട്. അരികിലത്തെ പ്ലേറ്റിൽ പീ നട്ട് ബട്ടർ തേച്ച പരുക്കൻ ഗോതമ്പുമാവ് കൊണ്ടുണ്ടാക്കിയ ഒരു റൊട്ടി കഷണം. കഷണങ്ങളാക്കിയ നല്ല മധുരമുള്ള പച്ചനിറത്തിലെ ഒരാപ്പിൾ. വെണ്ണയിൽ നിന്നൂറുന്ന നിലക്കടലയുടെ രുചി അവൾക്ക് വളരെ ഇഷ്ടമാണ്. സിരിയൽ ധൃതിയിൽ കഴിച്ച് അവൾ പ്രാതൽ വിഭവങ്ങൾ അകത്താക്കി. തന്റെ പ്രാതൽ ഫ്രിഡ്ജിൽ നിന്നെടുക്കുന്നതും ഒരുക്കു ന്നതും കൃഷ്ണ തനിയെയാണ്. അനുജൻ രണ്ടാം ക്ലാസുകാരൻ അർജ്ജുന് റൊട്ടിക്കഷണങ്ങൾ ടോസ്റ്ററിൽ പൊരിക്കാനും പ്രിയപ്പെട്ട ബെയ്ഗൾ നടുകെ മുറിക്കാനും ആറാം ക്ലാസുകാരി കൃഷ്ണയുടെ ഒരു കൈ സഹായം വേണം.

ഒരു മണിക്കൂർ കാറോടിച്ച് രാവിലെ എട്ടുമണിക്ക് വാൾമാർട്ടിൽ ജോലിക്കെത്തേണ്ട മമ്മി ഏഴു മണിക്കേ സ്ഥലം വിട്ടിരിക്കും. മക്കളെ അടുത്തുള്ള ബസ് സ്റ്റോപ്പിൽ കൊണ്ടുവിട്ടിട്ടാണ് പപ്പ ജോലിക്കിറങ്ങാറ്. കുട്ടികൾ നാലുമണിക്ക് വീട്ടിലെത്തുമ്പോഴേക്ക് പപ്പയോ മമ്മിയോ ആരെങ്കിലുമൊരാൾ അഡ്ജസ്റ്റ് ചെയ്ത് വീട്ടിലെത്തിയിരിക്കും. ഐ ടി യിലായതുകൊണ്ട് പപ്പയ്ക്ക് ഇടക്ക് വീട്ടിലിരുന്നും ജോലി ചെയ്യാം.

പ്രാതൽ തീർത്ത അർജ്ജുനെകൂട്ടി കൃഷ്ണ ധൃതിയിൽ വെളിയി ലിറങ്ങി. വേനലവധിയുടെ തുടക്കത്തിൽ പപ്പ പ്ലാൻ ചെയ്ത യാത്ര യാണ്.

കാർ ഷെഡ്ഡിൽനിന്ന് കാറിറക്കി മാനത്തുനോക്കി തർക്കിച്ചു നില്ക്കുന്ന പപ്പയെയാണ് കൃഷ്ണ കണ്ടത്.

താഴെ തങ്ങിനിന്ന മഴമേഘങ്ങൾ ആകാശത്തിന്റെ നീലിമമറച്ച് മഴക്കാടുകളെപ്പോലെ തലയഴിച്ചിട്ടാടുന്നു. മേലേക്കെറിഞ്ഞ ഏറുപടക്കത്തിന്റെ ചീറ്റിപ്പോയ തീപ്പൊരികൾ പോലെ നനുത്ത മഴ താഴേക്കിറങ്ങാൻ തുടങ്ങി. ഡ്രൈവ്‌വേയിലെ മേപ്പിൾ മരത്തിന്റെ ഇലകൾ ചെറുതായി വിറച്ചു. മേപ്പിളിന്റെ ഇളംപച്ചമേലാപ്പ്, താഴെ കടും പച്ച സൈപ്രസ് നിരയുടെ ജലരേഖപോലെ ഓളം വെട്ടി.

"ആർ വീ ഗോയിങ് ടു ഗെറ്റിസ് ബർഗ്, ഷുവർ പപ്പ?"മഴക്കോളു കണ്ട് കൃഷ്ണ വേവലാതിയോടെ ചോദിച്ചു.

"ഡെഫ്നിട്‌ലി, വൈനോട്ട്? രണ്ടുപേരും കാറിൽ കയറ്." മമ്മി കുതിച്ചു ചാടി പുറത്തിറങ്ങി. റിമോട്ട് കൺട്രോൾകൊണ്ട് കാർ ഷെഡ്ഡിന്റെ വാതിൽ താഴ്ത്തി, പപ്പ ഡ്രൈവ്‌വേയിലൂടെ കാറെടുത്ത് മുന്നിലെ റോഡിലേക്കിറക്കി.

മഴ ഒരാരവത്തോടെ ചാഞ്ഞുകുതിച്ചു.

കൃഷ്ണ പിറകിലേക്ക് നോക്കി. മഴയുടെ പാടയിലൂടെ, തലേന്ന് പപ്പ മോവ് ചെയ്ത ലോണിലെ, കുറ്റിത്തലപ്പുകൾ കാണാം. സമ്മർ ക്രോപ്പടിച്ച അർജ്ജുന്റെ തലപോലെ, താനും മമ്മിയും കൂടെ കളപറിച്ച് വൃത്തിയാക്കിയ ചെടികൾ പൂക്കൂടകൾ തലയിലേറ്റി നൃത്തം ചെയ്യുന്നു. ഓർക്കാപ്പുറത്ത് കിളുർത്ത വേവലാതിയെ മുക്കിക്കൊണ്ട്, മഴ കൃഷ്ണയുടെ മനസ്സിലും താളം ചവുട്ടി. മഴയും യാത്രയും വായനയും കൃഷ്ണയുടെ ഹരങ്ങളാണ്.

പാർപ്പിടങ്ങൾ നിറഞ്ഞ ഇടങ്ങൾ വിട്ട് കാറ് കുന്നിൻ ചെരിവിലൂടെ പായുകയാണ്. താഴെ, ഒരു തടാകത്തിനടുത്തെത്തിയപ്പോൾ പപ്പ കാറിന്റെ സ്പീഡ് കുറച്ചു. സങ്കടപ്പെട്ട ഒരു നോട്ടം, ഓളപ്പരപ്പിലേക്കെറിഞ്ഞ് കാറിന്റെ സ്പീഡുകൂടി പിറുപിറുത്തു. "വീട് വെക്കുമ്പോൾ ഇങ്ങനെ ഒരു സ്ഥലമായിരുന്നു എന്റെ മനസ്സിൽ"

"വൈ ബ്രൂഡ് ഓവറിറ്റ്. മണ്ണാങ്കട്ട. തടാകം കിട്ടിയാൽ മാത്രം മതിയോ? കുട്ടികൾക്ക് സ്കൂളിൽ പോകണ്ടേ? സ്കൂൾ ബസ് ഇതിലേ വരുമോ? സ്വപ്നം കണ്ടാൽ മാത്രം പോര. പ്രാക്ടിക്കലാവാൻ പഠിക്കണം."

മലവെള്ളപ്പാച്ചിൽ പോലെയാണ് മമ്മിയുടെ സംസാരം. ഒറ്റ ശ്വാസത്തിൽ ഉള്ളിലുള്ളതെല്ലാം കുത്തിയൊഴുകി വരും. പപ്പയും മമ്മിയും കുട്ടികളുടെ മുന്നിൽ കഴിയുന്നതും മലയാളത്തിലാണ് സംസാരിക്കാറ്, കൊച്ചുനാളിൽ ആ ഭാഷ കൃഷ്ണയ്ക്ക് ഏറക്കുറെ മനസ്സിലായതുമാണ്. പക്ഷേ, കൃഷ്ണ വളരുകയാണ്. വീട്ടിലെ ചുമരുകൾ വിട്ട് സ്കൂളിലേക്കും പുറം ലോകത്തിലേക്കും അവൾ കടന്നുകഴിഞ്ഞു. പലതരം ഉച്ചാരണങ്ങളുള്ള

ഇംഗ്ലീഷ് ഭാഷ മഞ്ഞുപാളിപോലെ അവളുടെ ഉള്ളിൽ ഉറങ്ങുകയാണ്. തണുപ്പിൽ പൊഴിയാറുള്ള നനുത്ത മഞ്ഞുതരികൾ പോലെ, എവിടെയൊക്കെയോ ഓർമ്മകൾ അവശേഷിപ്പിച്ച് മലയാളം മാഞ്ഞുപോയ്ക്കോണ്ടിരിക്കുന്നു. കേട്ടാൽ വരെ പിടികിട്ടാത്ത പാകത്തിലാണ് ഇപ്പോൾ ആ ഭാഷ. ഏതാണ് കൃഷ്ണയുടെ മാതൃഭാഷ? മമ്മിയുടെ ഭാഷയോ? മാതൃരാജ്യത്തിന്റെ ഭാഷയോ? ഒരുപാട് ഭാഷകളുള്ള മാതൃരാജ്യത്തിന്റെ സ്വന്തം ഭാഷ ഏതാണ്? ഏതാണവളുടെ മാതൃരാജ്യം? ജനിച്ചുവളർന്ന ഈ നാടോ? പാരമ്പര്യംമാത്രം അവകാശപ്പെടാവുന്ന നാടോ? ഇടയ്ക്കവൾ ആലോചിക്കാറുണ്ട്.

പക്ഷേ, ഒന്നവൾക്കറിയാം. അവൾ ജീവിക്കുന്നത് ഇവിടെയാണ്. അവളുടെ ശ്വാസവും വെള്ളവും അപ്പവും ഇവിടെയാണ്. അതുകൊണ്ടു തന്നെ മനസ്സും. അതിന് വേറാരും അവകാശികളാവുന്നത് അവൾക്കിഷ്ടമല്ല.

കാറിനുള്ളിലെ ചെറിയ ടി വി സ്ക്രീനിൽ സി ഡി ഇട്ട് കാണുകയാണ് അർജ്ജുൻ "ഓ മൈ ലോഡ് രാമാ...." എന്ന് കരഞ്ഞു തളർന്നിരുന്ന സീതയുടെ ചിത്രം മാഞ്ഞുപോയിരുന്നു. ഇപ്പോൾ വാലിൽ പിടിച്ച തീകൊണ്ട് ലങ്ക ചുടുന്ന ഹനുമാൻ. ഹനുമാനേക്കാൾ വേഗത്തിൽ അർജ്ജുൻ ചാടുകയും കൂവുകയും ചെയ്യുന്നുണ്ട്.

കൈയിലെ പുസ്തകത്തിന്റെ താളുകൾ മറിച്ചുകൊണ്ട് കൃഷ്ണ സംശയിച്ചിരുന്നു. സി ഡി കാണാനോ പുസ്തകം വായിക്കാനോ? പപ്പയ്ക്കും മമ്മിക്കും ആദ്യത്തേതാവും ഇഷ്ടം. മാളുകളിലോ അടുത്ത സ്ഥലങ്ങളിലോ ഉള്ള സന്ദർശനങ്ങളേക്കാൾ യാത്ര അല്പം നീളുകയാണെങ്കിൽ അവർ ഉദ്ദേശപൂർവ്വം കാറിൽ ഇത്തരം സി ഡികളിടും.

സെനൽ സ്കൂളിന്റെ ചരിത്രത്തിൽ നെയ്തെടുത്ത *കൺട്രീ സ്കൂൾബോയ്* എന്ന പുസ്തകമാണ് കൈയിൽ. പത്തൊമ്പതാം നൂറ്റാണ്ടിന്റെ രണ്ടാം പകുതിയിൽ എങ്ങനെയാവും, ഈ നാട്ടിലെ, തന്റെ കൂട്ടാളികളുടെ അപ്പൂപ്പനമ്മൂമ്മമാർ സ്കൂളിൽ പോയിട്ടുണ്ടാവുക?

പെട്ടെന്നുള്ള കാറിന്റെ സ്പീഡ് കൂട്ടലിൽ കൃഷ്ണയുടെ കൈത്തലം നെറ്റിയിൽ തൊട്ടപ്പോൾ തലേന്ന് ഡാൻസ് ക്ലാസിനുവേണ്ടി നെറ്റിയിലൊട്ടിച്ച പൊട്ട് വിരലിൽ തടഞ്ഞു. പൊട്ടുവെക്കുന്നത് അവൾക്കിഷ്ടമല്ല. നെറ്റിക്കുനേരെ ആരോ ചെളിവെള്ളം തെറിപ്പിച്ചതുപോലെ തോന്നും. സ്വന്തം ആത്മവീര്യം ചോർന്നുപോകുന്നതുപോലെ. കഴിഞ്ഞ തവണത്തെ വേനലവധിയിൽ സ്റ്റാച്യു ഓഫ് ലിബേർട്ടി കാണാൻ പോയപ്പോൾ, ബോട്ടുകൾ നിരത്തിയിട്ട ഹഡ്സൺ നദിയിലെ വെള്ളം കലങ്ങിക്കിടക്കുന്നത് കണ്ടതായി അവളോർത്തു. പൊങ്ങിക്കിടന്ന അത്യാവശ്യം മാലിന്യങ്ങളും. ഈ നാട്ടിൽ, ആദ്യമായാണ് അവൾ ഇത്തരം ഒരുകാഴ്ച കാണുന്നത്. കഴിഞ്ഞ തവണ നാട്ടിൽ പോയപ്പോൾ ചെളിവെള്ളത്തിൽ പുതഞ്ഞുകി

ടന്ന ഇടവിട്ട മാലിന്യകൂമ്പാരങ്ങളിൽനിന്നടിച്ച ദുർഗ്ഗന്ധം ശ്വസിച്ച് അവൾക്ക് ഓക്കാനം വന്നതാണ്.

പൊട്ടുതൊട്ട്, സ്വർണ്ണമാലയും നിറമുള്ള വളകളുമണിഞ്ഞാണ് ബന്ധുക്കളുടെ വീടുകളിൽ തന്നെ പ്രദർശിപ്പിച്ചത്. ഡാൻസ് ക്ലാസിലെ നീണ്ട കണ്ണുകളുള്ള ഇന്ത്യൻ ടീച്ചർ ശബ്ദംകൊണ്ട് ചിലങ്കകൊട്ടി ഇടയ്ക്കിടെ പറയും "ദെയർ ഈസ് എ ഡ്രസ്കോഡ് ഹിയർ. പൊട്ടുതൊടാതെ, അയഞ്ഞ സൽവാർ കമ്മീസിടാതെ, മുടി മുറുകെക്കെട്ടാതെ ഇവിടെ ആരും വരരുത്." ടീച്ചറുടെ വളച്ചൊതുക്കിയ പുരികവും വട്ടപ്പൊട്ടും മേല്പോട്ട് താളംതുള്ളും. സി ഡി പുരാണങ്ങളിലെ നായികയുടേതുപോലെ മുഖത്ത് സൗന്ദര്യം തുടുക്കും. അയഞ്ഞ ചുരിദാറിനു മുകളിലൂടെ ചുറ്റി മുറുക്കിയ ദുപ്പട്ടയുടെ അറ്റം നൃത്ത ചുവടുകളിൽ സി ഡിയിലെ ഹനുമാന്റെ വാലുപോലെ തൂങ്ങിച്ചാടും.

നൃത്തത്തേയും പൊട്ടിനേയും വിട്ട് കൃഷ്ണയുടെ മനസ്സ് കൈയിൽ ഇറുകെ പിടിച്ച പുസ്തകത്തിലേക്ക് തിരിഞ്ഞു. അക്ഷരങ്ങളുടെ ചൂടേറ്റ് കൃഷ്ണയും കൃഷ്ണയുടെ ചൂടേറ്റ് അക്ഷരങ്ങളും അക്ഷമരാണ്. മമ്മി നല്ല ഉറക്കത്തിലാണ്. പപ്പയുടെ കടുത്ത മുഖം കണ്ടാലറിയാം, ഏതൊക്കെയോ നൊസ്റ്റാൾജിയകളുടെ ഭാരം സ്വയം ഡ്രൈവ് ചെയ്ത് മുന്നോട്ടുപോവുകയാണെന്ന്. കൃഷ്ണ കണ്ണുകളടച്ച് ഒരു നിമിഷം തന്നിലേക്കിറങ്ങി. 1850 നുശേഷം തന്റെ സ്കൂൾ തുടങ്ങിയ, മേരീ ലാൻഡ് സംസ്ഥാനത്തെ, വിദ്യാഭ്യാസ രീതിയുടെ ചരിത്രമാണ് പുസ്തകത്തിലെ ഉള്ളടക്കം, 1875 ജനുവരിയിൽ റോക്ലാൻഡിൽ ജനിച്ച ലൂയിസ് ആൾ നട്ടിന്റെ സ്കൂളിനെക്കുറിച്ചുള്ള ഓർമ്മകൾ 1974 ൽ വെർജീനിയ ഹെർസ് പെഗർ എന്നിവരുമായുള്ള അഭിമുഖത്തിൽ പങ്കിടുകയാണ്.

കല്ലുകൊണ്ട് കെട്ടിയ ഒറ്റമുറി ക്ലാസിൽ തണുപ്പകറ്റാൻ നടുവിലൊരു വയറൻ സ്റ്റൗ. സ്റ്റൗവിലേക്ക് കല്ക്കരി കൊണ്ടിടുന്നതും, ചാരം പുറത്തെടുക്കുന്നതും ഒക്കെ മുതിർന്ന കുട്ടികളാണ്. ആൺകുട്ടികളും പെൺകുട്ടികളും വെവ്വേറെ ബെഞ്ചിലിരുന്നാണ് പഠനം. കുടിവെള്ളം പിറകിലെ കാട്ടരുവിയിൽനിന്ന് ഊഴം വെച്ച് കുട്ടികൾ ചുമക്കണം. വെളിച്ചം തെളിക്കാൻ യാതൊരുവിധ സൗകര്യങ്ങളുമില്ല. വൈകിട്ട് നാല് മണിക്ക് സ്കൂൾ വിടുന്നതുകൊണ്ട് വെളിച്ചത്തിന്റെ ആവശ്യം വരില്ല. കുറ്റങ്ങൾക്ക് സ്കൂളിൽനിന്ന് ശിക്ഷിച്ചാൽ വീട്ടിലും ശിക്ഷ ഉറപ്പാണ്. കുട്ടി തെറ്റുചെയ്യാതെ അദ്ധ്യാപകർ ശിക്ഷിക്കില്ലല്ലോ. കുട്ടിയെ ശിക്ഷിച്ചാൽ, കുട്ടി പരാതിപ്പെട്ടാൽ, പൊലീസെത്തുന്ന കാര്യം, ഒരു കൈബോംബുപോലെ കൃഷ്ണയുടെ തലയിൽ പൊട്ടിച്ചിതറി. തന്റെ സ്കൂളിലെ ആധുനിക സൗകര്യങ്ങൾ, തണുപ്പും ചൂടും ക്രമീകരിക്കാനുള്ള യന്ത്രങ്ങൾ, സിനിമാതിയേറ്ററോളം വലിയ ഓഡിറ്റോറിയം, കളിക്കളങ്ങൾ, എല്ലാം ഒരു കാലിഡോസ്കോപ്പ് തിരിച്ചാലെന്നപോലെ കൃഷ്ണയുടെ മനസ്സിൽ കറങ്ങി.

ഭാഗ്യമുള്ളകാലത്താണ് താൻ ജീവിക്കുന്നത്. അധികം ദൂരെയല്ലാത്ത ഒരു കാലത്ത് എത്ര കഷ്ടപ്പെട്ടാണ് ഒരു തലമുറ ജീവിച്ചിരുന്നത്.

പുസ്തകത്തിന്റെ ആമുഖത്തിലൂടെ കണ്ണോടിച്ച കൃഷ്ണ പിറുപിറുത്തു. 'ദിസ് ഈസ് ലജൻഡ്...... ലജൻഡ് ഓഫ് മൈ പ്ലേസ്...... വിദ്യാഭ്യാസത്തിന്റെ...... വിദ്യാലയത്തിന്റെ...... സത്യമുള്ള ചരിത്രം.' കാറിനുള്ളിലെ ഹനുമാനെ ചാടാൻ വിടാം. ലൂയിസ് ആൾ നെട്ടിന്റെ സാഹസം നിറഞ്ഞ കാലത്തിലൂടെ സഞ്ചരിക്കാം.

കൈപ്പടത്തിൽ തല താങ്ങിയ കൃഷ്ണയെ നെറ്റിയിലെ പൊട്ട് വീണ്ടും പൊള്ളിച്ചു. അവൾ പൊട്ടടർത്തി, കാറിലെ കാർപ്പെറ്റിലെറിഞ്ഞു. കൃഷ്ണയ്ക്ക് പത്തു വയസ്സു തികഞ്ഞപ്പോൾ പത്തു കിലോ ഭാരമുള്ള ഒരു കല്ല് ആരോ നെഞ്ചിലേറ്റി വച്ചതായി പപ്പയ്ക്കും മമ്മിക്കും തോന്നിത്തുടങ്ങിയത് അവളും മനസ്സിലാക്കിയിട്ടുണ്ട്. അപ്പോൾ തുടങ്ങിയതാണ് ക്ലാസിക്കൽ ഡാൻസ് ക്ലാസും, ചിന്മയ മിഷൻ ക്ലാസുകളും, പുരാണങ്ങളുടെ സി ഡി പ്രദർശനങ്ങളും. തന്നോടു പറയാതെ പറഞ്ഞ വിലക്കുകൾ.

അമേരിക്കയുടെ ധർമ്മയുദ്ധത്തിന്റെ പടക്കളമായ പെൻസിൽ വാനിയയിലെ ഗെറ്റിസ് ബർഗ്ഗിൽ കൃഷ്ണയും കുടുംബവും എത്തുമ്പോൾ രാവിലെ പത്തു മണിയായിക്കാണും. ഒരു കാലത്തെ പടക്കളത്തിന്റെ ഒരുഭാഗം സന്ദർശകരുടെ കാറുകളുടെ പാർക്കിങ് ഏരിയ കൈയടക്കിയിരിക്കുന്നു. പഴങ്കഥകൾ പറഞ്ഞുകൊടുക്കുന്ന പ്രൗഢയായ ഒരു മുത്തശ്ശിയെപ്പോലെ അവർക്കു മുന്നിൽ മ്യൂസിയം കിടന്നു.

കണ്ടതിലൊക്കെയും തൊട്ടും പിടിച്ചും തുള്ളിച്ചാടി നടന്ന അർജ്ജുനെ നിയന്ത്രിക്കേണ്ട ചുമതല കൃഷ്ണയ്ക്കാണ്. പക്ഷേ, ഇപ്പോൾ അവൾക്കരികിൽ പപ്പയും മമ്മിയും അർജ്ജുനുമില്ല. പടക്കളത്തിൽ പടയാളികളുടേയും പടക്കുതിരകളുടേയും വെടിക്കോപ്പുകളുടേയും നേർക്കുനേരെ അവർ ശ്വാസം അടക്കിപ്പിടിച്ച് ഒറ്റയ്ക്കാണ്.

ടിക്കറ്റെടുത്ത് ചെന്നെത്തിയ മ്യൂസിയത്തിന്റെ മുകൾത്തട്ടിലെ വിശാലമായ ഇരുട്ടുമുറിയിലാണ് കൃഷ്ണയും കൂട്ടുകാരും. മുറിക്കുചുറ്റും താഴോട്ട്, അല്പദൂരംവരെ പുല്ലുകളും കല്ലുകളും ചെറു പാറക്കൂട്ടങ്ങളുംകൊണ്ട് പരുക്കൻ യുദ്ധക്കളം ഒരുക്കിയിരിക്കുന്നു. മുകളിലോട്ടായി ചരിച്ചുവെച്ച അതിവിശാലമായ ക്യാൻവാസിൽ ചുറ്റിലും വരച്ച ആകാശനീലിമയും താഴെ പടപൊരുതുന്ന ചിത്രങ്ങളും. ചലിക്കുന്ന ചിത്രങ്ങൾ നിലവിൽ വരുന്നതിനു മുൻപേയുണ്ടായ ഒരു കലാവിരുത്. സൈക്ലോരമ എന്ന ദൃശ്യവിരുന്ന്. ചിത്രങ്ങൾ വരച്ച് ശബ്ദത്തിന്റെയും വെളിച്ചത്തിന്റെയും സമർത്ഥമായ വിന്യാസത്തിൽ ജീവൻ വെപ്പിക്കുക.

ഇരുട്ടു മുറിക്കു ചുറ്റും ക്യാൻവാസിൽ വെളിച്ചം പടർന്നു. 1863 ജൂലൈ ഒന്ന്. വെടികൾ പൊട്ടി. മനുഷ്യരുടെ അമർത്തിയ തേങ്ങലുകൾ

മണ്ണിന്റെ മർമ്മരമായി പടനിലത്തിലമർന്നു. ചേതനയറ്റ്, മണ്ണിനെ പുണർന്നുകിടന്ന ശരീരങ്ങൾക്ക് മുകളിലൂടെ കുതിരക്കുളമ്പടികൾ ഒച്ച വെച്ചു.

വെളിച്ചം മങ്ങി. സൂര്യൻ കടലിൽ താണു. അന്നത്തേക്കുള്ള യുദ്ധം തീർന്നു. കുതിരകൾ മോങ്ങിയും മനുഷ്യർ നിശ്വസിച്ചും പിൻവലിഞ്ഞു. നാളെയുടെ താക്കീതെന്നോണം മരിച്ചവരുടെ ജഡങ്ങൾ ഇരുട്ടിൽ, ജീവിച്ചിരുന്ന സൈനികരുടെ കാലിൽ തടഞ്ഞു. ഭാരിച്ച ഹൃദയമിടിപ്പുകളോടെ അവർ, രാത്രിയുടെ മാളങ്ങളിൽ ആശ്വാസം തേടി. മരിച്ചുവീണവരുടെയും പരിക്കേറ്റവരുടെയും ചോര ഉണങ്ങാതെ ഭൂമിയുടെ കണ്ണീരായി പൊടിഞ്ഞുനിന്നു.

വീണ്ടും വെളിച്ചം. ഇരുട്ട്. ഗെറ്റിസ് ബർഗ്ഗിൽ മൂന്നു ദിവസങ്ങളിലായി നടന്ന ഘോരയുദ്ധം ഇരുട്ടിന്റെയും വെളിച്ചത്തിന്റെയും സമന്വയത്തിൽ മുപ്പതുമിനിറ്റിലെ സൈക്ലോരമയിലെ ദൃശ്യങ്ങളിലൂടെ കണ്ടപ്പോൾ കൃഷ്ണയുടെ ഹൃദയത്തിൽ എവിടെയോ സങ്കടം പതഞ്ഞു പൊങ്ങി. പറയണമെന്നു തോന്നിയ വാക്കുകൾ പുറത്തുവരാത്തവണ്ണം അവൾ മൗനിയായി.

മൈ ഗോഡ്. 1863. പപ്പ ജനിക്കുന്നതിന് കൃത്യം ഒരു സെഞ്ചറിക്കു മുമ്പ്. ഇതൊരു വളരെ പഴയ ചരിത്രമല്ല. പപ്പയുടെ മുത്തച്ഛന്റെ കാലത്തുണ്ടായിരുന്ന സഹജീവികൾ പങ്കെടുത്ത, സത്യത്തിൽ നടന്ന യുദ്ധമാണ്.

യുദ്ധത്തിന്റെ കാരണങ്ങൾ മ്യൂസിയത്തിലെ സിനിമയിൽനിന്നും ചിത്രങ്ങളിൽനിന്നും അടിക്കുറിപ്പുകളിൽനിന്നും കൃഷ്ണ മനസ്സിലാക്കി. അടിമത്തത്തിനെതിരെ, നീതിക്കും സ്വാതന്ത്ര്യത്തിനും വേണ്ടിയുള്ള പോരാട്ടം. അതാണ് തെക്കൻ അമേരിക്കയും വടക്കൻ അമേരിക്കയും തമ്മിൽ നടന്നത്. കൂട്ടത്തോടെ തെളിച്ചും ചങ്ങലയ്ക്കിട്ടും അടിമകളെ ചന്തയിൽ ലേലം ചെയ്യുന്ന ദൃശ്യം സിനിമയിൽ കണ്ടപ്പോൾ കൃഷ്ണ കണ്ണുതുടച്ചു. മ്യൂസിയത്തിൽ പ്രദർശിപ്പിച്ച പത്രപ്പരസ്യം വായിച്ചപ്പോൾ അവളുടെ ശരീരം വലിഞ്ഞുമുറുകി. ദേഷ്യം വരുമ്പോൾ കൃഷ്ണ അങ്ങനെയാണ്. 1840 മാർച്ച് 24 വിലപിടിപ്പുള്ള ഒരു പറ്റം ചെറുപ്പക്കാരായ നീഗ്രോകളെ ബുധനാഴ്ച 25 ാം തീയതി ലേലത്തിൽ വില്ക്കപ്പെടും.

1860 ൽ കെൻസാസിൽ അടിമത്തത്തിൽ വിശ്വസിക്കുന്നവരും അല്ലാത്തവരും തമ്മിലുണ്ടായ പ്രശ്നം കലാപത്തിൽ എത്തിച്ചേർന്നു. സ്വാതന്ത്ര്യത്തിന്റെ ഒരു കവിൾ വായു ശ്വസിച്ചതുപോലെ കൃഷ്ണ ആശ്വസിച്ചു. താങ്ക് ഗോഡ്. വടക്കൻ അമേരിക്കയാണല്ലോ അടിമത്തത്തെ എതിർത്തവർ. തന്റെ ജന്മസ്ഥലം.

യുദ്ധം തീർന്ന് നാലാംനാൾ തെക്കൻ അമേരിക്ക തോറ്റ് പിൻവാങ്ങിയപ്പോൾ, വടക്കൻ അമേരിക്കൻ പ്രസിഡന്റ് അബ്രഹാം ലിങ്കൺ

ശക്തവും വ്യക്തവും സുന്ദരവുമായ ഒരു ചെറു പ്രസംഗം ചെയ്തു. പില്ക്കാലത്ത് ലോക പ്രസിദ്ധമായ ഗെറ്റിസ് ബർഗ് സ്പീച്ച്. എന്താവാം അതിലെ വാചകങ്ങൾ? വീട്ടിൽ തിരിച്ചെത്തി ഓഫീസ് മുറിയിലെ കംപ്യൂട്ടറിൽ സെർച്ച് ചെയ്ത് അതിലെ വരികൾ ഹൃദിസ്ഥമാക്കാൻ കൃഷ്ണയ്ക്ക് തിടുക്കം തോന്നി.

ആകാംക്ഷയുടെ ഈ മുൾമുനയിൽ നിന്നപ്പോൾ കൃഷ്ണ പെട്ടെന്ന്, തന്റെ വളർത്തുമൃഗങ്ങളായ ഒരു ജോഡി ഗിനിപ്പന്നികളെ ഓർത്തുപോയി. ചാരനിറത്തിലുള്ള അവയുടെ കണ്ണുകളിലെ പകപ്പ് തന്നെയല്ലേ ചങ്ങലയ്ക്കിട്ട അടിമകളുടെ കണ്ണിലും താൻ കണ്ടത്? ബേസ്മെന്റിന്റെ തൊട്ടിയിലാക്കിയ അവയെ അവൾക്ക് ഉടനെ കാണണമെന്നു തോന്നി. കഷ്ടിച്ച് ആറിഞ്ച് മാത്രം പൊക്കമുള്ള തൊട്ടിയുടെ കൈവരികൾ പോലും ചാടി മറിയാൻ കഴിവില്ലാത്ത പാവങ്ങളാണ് അവ. പേടി എന്ന വികാരത്താൽ ഒരു ചങ്ങലകൊണ്ടു മാത്രം തളച്ചിട്ട കറുത്തരായ അടിമകളെപ്പോലെ തന്നെയാണ് ക്രീഷും ആഷും. ബേസ്മെന്റിലേക്കിറങ്ങുന്ന പടവുകളിലെ കാലടി ശബ്ദം കേട്ടാൽ അവ തലതാഴ്ത്തി, തൊട്ടിയിലെ ബ്ലാങ്കറ്റിനുള്ളിൽ സ്വയം നുഴഞ്ഞുകൂടും. കാലടിശബ്ദം അകലുമ്പോൾ മുഖമുയർത്തുന്ന ആ കണ്ണുകളിൽ പേടിയും യാചനയുമാണ് തെളിയാറ്. കാണുന്നത് തന്റെ മുഖമാണെങ്കിൽ ആ കണ്ണുകൾ സന്തോഷംകൊണ്ട് തിളങ്ങും. "ഇറ്റ്സ് കൃഷ്ണ.... ക്രിഷ്... ആഷ്.... കൃഷ്ണ ഹിയർ" എന്നു പറയുമ്പോൾ കൂട്ടത്തിൽ പാവമായ ക്രിഷ് തലതാഴ്ത്തും. ആഷ് ങ്ും.... ങ്ും.... എന്ന് മൂളി മുഖം കുടയും.

കൃഷ്ണയ്ക്ക് പെട്ടെന്ന് നില്ക്കകള്ളിയില്ലാതായി. ഉടനെ വീട്ടിലേക്ക് മടങ്ങണം. ക്രിഷിനെയും ആഷിനെയും ആശ്വസിപ്പിച്ച് നെഞ്ചോടമർത്തണം.

പപ്പയ്ക്കും മമ്മിക്കും തിടുക്കത്തിലൊരു മടക്കയാത്ര വേണമെന്ന് തോന്നി. പിന്നത്തെ ദിനചര്യ പാച്ചിലിനിടയ്ക്ക് അവർക്ക് കിട്ടുന്നത്, ഇനിയുള്ള ഏതാനും മണിക്കൂറുകൾ മാത്രമാണ്. കുന്നോളം പണികൾ വീട്ടിൽ തീർക്കാനുണ്ട്. അതിനു മുൻപ് വീട്ടിലെത്തി. ഒരല്പം വിശ്രമം.

മടക്കയാത്രയിൽ കൃഷ്ണയുടെ മൗനം പപ്പ ശ്രദ്ധിച്ചു. മെല്ലെ അവളോട് അനുനയത്തിൽ പറഞ്ഞു. "കൃഷ്ണ ദിസ് വാസ് നോട്ട് ദ റിയൽ വാർ, ദ വാർ ഓഫ് ധർമ്മ" ചിന്മയ ക്ലാസുകളിൽ പോകുന്നതുകൊണ്ട് ധർമ്മ എന്നൊക്കെ പറഞ്ഞാൽ അവൾക്ക് അർത്ഥം നന്നായറിയാം. "മോളെ സ്ലേവറി എന്ന കാരണം അവർ ഒരു പുറംപൂച്ചിന് വെറുതെ പറയുകയാണ്. സത്യം പറഞ്ഞാൽ അവർക്ക് നോർത്തും സൗത്തും ചേർന്ന ഒരിടം വേണമായിരുന്നു. അല്ലെങ്കിൽ യുണൈറ്റഡ് സ്റ്റേറ്റ്സ് ഓഫ് അമേരിക്ക എന്നൊരു രാജ്യം ഉണ്ടാകില്ല. അവർക്ക് മറ്റു രാജ്യങ്ങളുടെ മേൽ കുതിര കേറി കളിക്കാൻ അങ്ങനെ ഒന്നുറപ്പിക്കണം. അതിനായിരുന്നു

ഈ യുദ്ധം. യൂ ആർ ഡിപ്രസ്ഡ് ആഫ്ടർ സീയിങ് ദ വാർസീൻസ്. നീയൊന്ന് കുരുക്ഷേത്രയുടെ സി ഡി കാറിൽ ഇട്ട് കാണ്. ദ വാർ ഫ്രന്റ് ഓഫ് മഹാഭാരത യുദ്ധം മാത്രമല്ല, ഉപദേശവുമുണ്ടതിൽ. നമ്മുടെ ചരിത്രത്തിൽ ധർമ്മാധർമ്മങ്ങൾ എങ്ങനെ പൊരുതിയെന്ന് നിനക്കറിയേണ്ടേ കുട്ടീ?"

പെട്ടെന്ന് കൃഷ്ണയുടെ മനസ്സ് ചീറ്റാൻ വെമ്പിനിന്ന ദ്രവം പോലെ പതഞ്ഞുയർന്നു. മുഖത്തേക്ക് രക്തവും ദേഷ്യവും ഇരച്ചുകയറി. വാക്കുകൾ അണമുറിയാതെ ഒഴുകിത്തുടങ്ങി.

"യേസ് പപ്പ. ദിസ് വാസ് ദ റിയൽ കുരുക്ഷേത്ര. ഹൗ കേൻ യൂ തിങ്ക് അദർ വൈസ്? നീതിക്കും സ്വാതന്ത്ര്യത്തിനും വേണ്ടി മനുഷ്യർ പോരാടിയ യുദ്ധം. ഇന്ത്യയിൽ ഇതിലും സത്യമായ ഒരു കുരുക്ഷേത്ര ഉണ്ടായിരുന്നോ പപ്പാ. വാസ് ഇറ്റ് നോട്ട് ഫേക്ക്, ഫോട്ട് ബൈ അൺനോൺ പീപ്പിൾ? ആ യുദ്ധം കണ്ടവരാരെങ്കിലുമുണ്ടോ? ഹൗ സില്ലി യൂ കേൻ സ്റ്റൂപ്പ് ഡൗൺ പപ്പ? ഓൺ ഒ ഹോൾ സത്യമാണോന്നറിയാത്ത ഒരു മിത്ത്, രക്തവും മാംസവുംകൊണ്ട് പോരാടിയ ഒരു യുദ്ധത്തിന്റെ ചിത്രമാണ് ഇവിടെ നമ്മൾ കണ്ടത്. ദ റിയൽ വിക്ടറി ഓഫ് ട്രൂത്ത് ആൻഡ് ലിബേർട്ടി. കുരുക്ഷേത്ര നയിച്ച കൃഷ്ണനും അർജ്ജുനും എന്ത് സംഭവിച്ചു? അവർ എന്തെങ്കിലും നേടിയോ? ഹിയർ വീ, കൃഷ്ണ ആൻഡ് അർജ്ജുൻ ലീവ് ടു എൻജോയ് ദ വിക്ടറി ഓഫ് ഔവർ കുരുക്ഷേത്ര. ഫ്രീഡം ആൻഡ് ജസ്റ്റിസ്. ഇനിയെങ്കിലും പപ്പ...... പ്ലീസ് സ്റ്റോപ്പ് ദിസ് സ്റ്റുപിഡ് നോൺസെൻസ്. ലേൺ ടു ലീവ് ഓൺ റിയാലിറ്റി."

കൃഷ്ണയും പപ്പയും പെട്ടെന്ന് നിശ്ശബ്ദരായി.

തിരിച്ചുവരുമ്പോൾ മ്യൂസിയത്തിനകത്തെ വിലകൂടിയ ലഞ്ച് ഒഴിവാക്കി പുറത്തെ തുറന്ന സ്റ്റാളിൽനിന്ന് ലഞ്ച് കഴിക്കുന്നതിലെ വിലക്കുറവിനെ പറ്റിയാണ് പപ്പ ചിന്തിച്ചത്. മമ്മിയുടെ മനസ്സിൽ, വീട്ടിലെത്തുന്നതിനു മുൻപേ, തറവാടി സായിപ്പുമാർ കാല്കുത്താത്ത കൊറിയൻ സ്റ്റോറിൽനിന്ന് വിലകുറച്ചു വാങ്ങേണ്ടുന്ന ഗ്രോസറിയായിരുന്നു. കൃഷ്ണയുടെ മനസ്സ് അവളുടെ ഗിനിപ്പന്നികളുടെയും ചങ്ങലയ്ക്കിട്ട അടിമകളുടെയും കണ്ണുകളിലെ ഭാവങ്ങൾക്കിടയിൽ ചാഞ്ചാടിക്കൊണ്ടിരുന്നു.

അർജ്ജുൻ മാത്രം ഉടനെ കാണാമെന്ന് കരുതിയിരുന്ന കാറിലെ സി ഡിയിലേക്കും മറ്റുള്ളവരുടെ ഇരുണ്ട മുഖങ്ങളിലേക്കും മാറി മാറി നോക്കി, എന്തോ പന്തികേടുണ്ടെന്ന് മണത്ത് മിണ്ടാതിരുന്നു. കഴിഞ്ഞ തവണ നാട്ടിൽ പോയപ്പോൾ എയർപോർട്ടിൽനിന്ന്, വീട്ടിലേക്കുള്ള വഴിയിൽ, ഒരു തെരുവുകുട്ടി, ഇടതും വലതും ചൂണ്ടുവിരലുകൾക്കിടയിൽ വെച്ച്, സ്ഫടികഗോട്ടി, നീട്ടിതെറിപ്പിച്ചതിന്റെ നേരിയ ഓർമ്മയിൽ, അവൻ ഗോട്ടിയില്ലാത്ത വിരലുകൾ എറ്റി തെറിപ്പിച്ചു തുടങ്ങി.

Printed by Libri Plureos GmbH in Hamburg, Germany